வள்ளுவர் கூறும் வாழ்க்கை நெறி முறைகள்
(பாகம்-2)

ஈசாந்திமங்கலம் முருகேசன்

ராஜகுமாரி பப்ளிகேஷன்
புத்தக வெளியீட்டாளர்கள் & விற்பனையாளர்கள்
4/36, முகப்பேர் மேற்கு,
சென்னை - 600 037.
போன்: 2653 3605. செல்: 93808 68946

நூல் விபரம்

நூல் தலைப்பு	:	வள்ளுவர் கூறும் வாழ்க்கை நெறிமுறைகள் (பாகம்-2)
ஆசிரியர்	:	ஈசாந்திமங்கலம் முருகேசன்
மொழி	:	தமிழ்
பதிப்பு விபரம்	:	2016
உரிமை	:	ராஜகுமாரி பப்ளிகேஷன்
தாளின் தன்மை	:	மேப்லித்தோ
நூலின் அளவு	:	14 × 22 செ.மீ. டெமி
எழுத்தின் அளவு	:	12 புள்ளிகள்
பக்கங்கள்	:	160
விலை	:	ரூ. 160/-
வெளியீட்டாளர்	:	ராஜகுமாரி பப்ளிகேஷன், 4/36, முகப்பேர் மேற்கு, சென்னை - 600 037. தொலைபேசி: 2653 3605 செல்: 93808 68946
லேசர் அச்சு, முகப்பு ஓவியம்	:	சு. அசோக்குமார் Ph: 26259048, 9444009048
அச்சிட்டோர்	:	மலர் பிரிண்டர்ஸ், சென்னை.

பதிப்புரை

வள்ளுவர் கூறும் வாழ்க்கை நெறி முறைகளின் இரண்டாவது பாகம் இப்போது வெளியாகிறது.

இந்த இரண்டாவது பாகத்தில் முதல் பாகத்தைப் போன்று தேர்ந்தெடுககப்பட்ட 170 குறட்பாக்களுக்கு விரிவான முறையில் விளக்கம் அளிக்கப்பட்டுள்ளது என்பதைப் பெருமையுடமன் குறிப்பிட விரும்புகிறோம்.

இந்த நூலில் குறிப்பிடப்பட்டிருக்கும் ஒவ்வொரு குறட்பாவையும் ஆழ்ந்து கற்பதோடு, கூறப்படும் விளக்கத் தையும் நல்ல முறையில் கற்றுணர்ந்து தெளிவு பெற வேண்டும்; அப்போதுதான் இந்த நூலை வெளியிட்ட உண்மையான பலனை நாங்கள் அடைவோம் என்று கூறிட விரும்புகிறோம்.

திருக்குறளுக்கு எளிய உரையையும், 'வளமுடன் வாழ வள்ளுவர் கூறும் அறிவுரைகள்' என்ற நூலையும், 'பார் போற்றும் வள்ளுவமும் பண்புசால் வாழ்க்கையும்' என்ற நூலையும் தொடர்ந்து 'வள்ளுவர் கூறும் வாழ்க்கை நெறி முறைகள்' என்ற இந்த நூலை வெளியிடப்படுவதன் நோக்கம் அனைவரும் என்றும் எல்லா நலன்களையும் பெற்றுச் சிறக்க வேண்டும் என்பதேயாகும்.

திருக்குறளை நன்கு கற்று, அதாவது வள்ளுவர் குறிப்பிடுவது போலக் கசடு அறக் கற்றுத் தேர்ந்து அதற்குத் தகுந்த முறையில் நின்று வந்தால் நிச்சயமாக எந்தக் குறையுமின்றி வாழ்ந்து வரலாம்.

ஒவ்வொரு குறட்பாவையும், அதன் அதிகார வரிசையை அடிப்படையாகக் கொண்டு நுணுகி மேலும் ஆய்ந்து பார்த்தால் எத்தனையோ அபூர்வமான கருத்துகள் உதயமாகும் என்பது உண்மை.

இந்த அரிய முயற்சியில் நாங்கள் ஈடுபட இருக்கிறோம் என்பதைத் தங்கள் அனைவருக்கும் தெரிவிப்பதோடு எங்களுடைய முயற்சி ஒவ்வொன்றிற்கும் தந்து வரும் மகத்தான ஆதரவுக்கு எங்கள் நன்றியைத் தெரிவித்துக் கொள்கிறோம்.

அன்புடன்,

N.K. கிருஷ்ணமூர்த்தி,
பதிப்பாளர்

பொருளடக்கம்

பக்கம்

1. கேள்வி என்னும் பெருஞ்செல்வம் 7
2. அறிவுடைமை 15
3. குற்றங் கடிதல் 25
4. பெரியாரைத் துணைக் கோடல் 32
5. சிற்றினம் சேராமை 39
6. தெரிந்து செயல் வகை 46
7. வலியறிதல் 53
8. காலமறிதல் 60
9. இடனறிதல் 66
10. தெரிந்து தெளிதல் 73
11. தெரிந்து வினையாடல் 80
12. சுற்றம் தழால் 86
13. பொச்சாவாமை 92
14. ஊக்கமுடைமை 99
15. மடியின்மை 109
16. ஆள்வினையுடைமை 115
17. இடுக்கண் அழியாமை 122

பக்கம்

18. வினைத்தூய்மை 129
19. வினைத்திட்பம் 134
20. வினை செயல் வகை 139
21. பெரியாரைப் பிழையாமை 144
22. கள்ளுண்ணாமை 148
23. மருந்து 153
24. குடிமை 157

வள்ளுவர் கூறும் வாழ்க்கை நெறி முறைகள்
(பாகம்-2)

1. கேள்வி என்னும் பெருஞ்செல்வம்

இந்த நூலின் முதல் பாகத்தில் 'கல்லாமை' என்னும் அதிகாரம் வரையுள்ள முக்கியக் குறட்பாக்களைப் பார்த்தோம். இனி 'கேள்வி' என்னும் பெருஞ்செல்வத்தைப் பற்றிப் பார்ப்போம்.

கிராமப்புறங்களில் இப்போதுகூட ஆழ்ந்த புலமையைக் கேள்விச் செல்வத்தின் மூலம் பெற்றுச் சிறந்து விளங்கு பவர்களைக் காண முடியும். அவர்கள், பள்ளி சென்று படித்து வந்தது குறைவாக இருந்தாலும்கூடக் கேள்வி மூலம் பல அரிய கருத்துகளை அறிந்து சிறந்த புலமையுடன் திகழ்வதைக் காணமுடியும்.

பொதுவாகப் பள்ளி செல்லும் மாணவ-மாணவியர் வகுப்பறைகளில் தங்களுடன் கொண்டு செல்லும் புத்தகங்களிலிருந்து ஆசிரியப் பெருமக்கள் கருத்துகளை விளக்கி உரைக்கும்போது, அவர்களுக்கு மிகவும் எளிதாகப் புரியும். மாணவ-மாணவியர் தாம் கொண்டு செல்லும் புத்தகங்களை வீட்டிலிருந்து படித்துக் கொள்ளாமல், ஏன் பள்ளிக்குச் சென்று ஆசிரியர்கள் போதிக்கும் பாடங்களைக்

கேட்கிறார்கள் என்பது பற்றிச் சிந்திக்கும் போது ஓர் உண்மை விளங்கும். என்னதான் விடிய விடியப் படித்தாலும் ஆசிரியர்கள் சொல்லும் கருத்துகளைக் கேட்கும்போது அவை மிகவும் எளிதில் மனதில் அவ்விதமே பதிந்து விடும்.

'நன்னூல்' ஆசிரியர் 'பாடம் கேட்டலின் வரலாறு' என்ற தலைப்பில்,

கோடன் மரபே கூறுங் காலைப்
பொழுதொடு சென்று வழிபடல் முனியான்
குணத்தொடு பழகி அவன் குறிப்பிற் சார்ந்து
இருவென இருந்து சொல்எனச் சொல்லிப்
பருகுவன் அன்ன ஆர்வத்த னாகிச்
சித்திரப் பாவையின் அத்தகவு அடங்கிச்
செவி வாயாக நெஞ்சு களனாகக்
கேட்டவை கேட்டவை விடாது உளத்தமைத்துப்
போவெனப் போதல் என்மனார் புலவர்

என்று பவணந்தியடிகள் கூறியவண்ணம், கேட்டவை கேட்வை விடாது உளத்து அமைத்து நம் அறிவை வளர்த்துக் கொள்ள வேண்டும். இதற்குக் 'கேள்வி' என்னும் பெருஞ்செல்வம் நமக்குத் துணை செய்கிறது. இதை மனதில் கொண்டுதான் வள்ளுவர் பெருமான் 'கேள்வி' என்னும் ஓர் அதிகாரத்தையே வகுத்தார் என்று கொள்ளுவதில் தவறில்லை.

நம்மைவிடவும் அறிவிலும் அனுபவத்திலும் சிறந்தவர்கள் கூறும் அறிவுரைகளை நாம் கேட்டுத் தெளிவு பெற வேண்டும். கற்றவர்களாக இருந்தாலும்கூட, பிறர் தம் அனுபவத்தின் அடிப்படையில் கூறப்படும் கருத்துக்களைக் கேட்டுத் தெளிவு பெறுவது சாலச் சிறந்ததாகும்.

கற்றது கைம்மண்ணளவுதான்; கல்லாததோ உலக அளவு என்பதைத் தெரிந்து கொண்டு அடக்கத்துடன் பிறர் கூறும் நல்ல கருத்துகளைக் கேட்டு நாம் தெளிவு பெற்றால் அதன்மூலம் கிடைக்கும் நன்மைகள் எண்ணற்றவையாகும்.

வள்ளுவர் பெருமான் கூறுவதுபோல என்னதான் கசடு அறக் கற்றாலும் கூட அனுபவம் மிகுந்தவர்கள் கூறும் கருத்துகளையும் செவிமடுக்க வேண்டும்; இதனால் நம் வாழ்வு பல வழிகளிலும் சிறப்புறக் காணலாம்.

பல அறிஞர் பெருமக்களைப் பல பொருட்கள் பற்றிப் பேசச் சொல்வதன் நோக்கமே பல்வேறு விதமான கருத்துகளைக் கேட்டு இன்புறுவதற்காக மட்டுமன்றி, நம் வாழ்க்கையை பயனுடையதாக்கிக் கொள்ளவும் வேண்டும் என்ற உயரிய நோக்கினாலாகும் என்பதை நாம் தெரிந்துகொள்ள வேண்டும்.

கற்றறிந்தவர்கள் இவ்விதம் பல அரிய கருத்துகளைக் கேட்டறிந்து வாழ்க்கையை இன்புறச் செய்வது போன்று கல்லாதவர்கள், தங்கள் அறிவை வளர்த்துக் கொள்வதற்கும் பெரிதும் பயன்படுவதாகும் இந்தக் கேள்வி என்னும் ஒப்பற்ற பெருஞ்செல்வம்.

என்னதான் நூல்கள் பலவற்றைக் கற்றுத் தேர்ந்தாலும், எல்லாப் பொருட்களையும் நூல் அறிவினால் - அதாவது தாம் கற்ற கல்வியினால் தெரிந்து கொள்ள முடியாது. அனுபவ அறிவின் துணை கொண்டுதான் இதுபோன்றவைகளை உணர்ந்து தெளிவுபட முடியும். இதுமட்டுமன்றி இதுபோன்ற பல கருத்துகளை நமக்கு உணர்த்துவதற்காகத்தான் வள்ளுவர் பெருமான்,

செல்வத்துள் செல்வம் பெருஞ்செல்வம் அச்செல்வம்
செல்வத்துள் எல்லாம் தலை 411

என்று கூறுகிறார்.

செவி மூலம் நாம் பெறும் பெருஞ்செல்வம்தான் சிறந்த அறிவாகும். இக்காலத்தைப் போன்று அக்காலத்தில் பள்ளிகளும் வாய்ப்புகளும் இல்லாத நேரத்தில் பெரும்பாலோர் கேள்வி ஞானம் மூலம்தான் சிறந்து விளங்கி வந்தார்கள். எந்தக்

காலமாயினும் சரி, கேள்வி மூலம் கிடைக்கும் அறிவு, நூல்களைப் பார்த்துப படிப்பதன் மூலம் கிடைக்கும் அறிவை விடவும் சிறப்பாகும் என்பதில் ஐயமில்லை; அதாவது மனதில் அவ்விதமே பதிந்து விடும்.

செவியினால் பெறும் பேரறிவு என்றுமே நிலைத்த தன்மையுடையதாகும்; இன்னும் சொல்லப் போனால் இதுவே பேரறிவாகும். இதன்மூலம் நிச்சயமாகத் துன்பமின்றி வாழலாம் என்பதில் ஐயமே இல்லை.

இந்தச் செல்வம், அதாவது கேள்விச் செல்வம் என்று போற்றப்படும் ஒப்பற்ற செல்வம் ஏனைய செல்வங்கள் அனைத்தையும் விடவும் உயர்ந்து நிற்பதாகும்; சிறந்து நிற்பதாகும் என்றால் மிகையல்ல.

செவி மூலம் பெறும் மகத்தான செல்வம் மக்களை என்றும் வாழவைப்பதாகும். அறிவைத்தவிர, அதாவது பலவாறு முயன்று நாம் பெறும் நல்லறிவைத் தவிர இதர செல்வங்கள் அனைத்துமே பயன்தராத செல்வங்களே ஆகும். ஆக, வாழ்வில் வற்றாத இன்பத்தைத் தருவது பயன்மிகு கேள்விச் செல்வமே ஆகும். இதை மனதில் கொண்டுதான் அடுத்த குறட்பாவில் இவ்விதம் கூறுகிறார்:

செவிக்குஉணவு இல்லாத போழ்து சிறிது
வயிற்றுக்கும் ஈயப் படும்.   412

'கற்றலின் கேட்டலே நன்று' என்று பெரியோர்கள் கூறுவதன் காரணம் பற்றி அறிந்து கொள்வோம். கற்பதன் மூலம் கிடைக்கும் நல்லறிவை விடவும் அறிஞர் பெரமக்களின் அரிய கருத்துகளைக் கேட்டுத் தெளிவு பெறுவது சிறந்ததாகும்.

வயிற்றுக்கு உணவு வேண்டும் என்பதில் சந்தேகமே இல்லை. நாம் உயிர் வாழ நல்ல உணவு கட்டாயம் தேவை. இதிலொன்றும் சந்தேகம் இல்லை. இருந்தாலும் நல்ல அறிவுரைகளைக் கேட்கின்ற நல்ல அருமையான வாய்ப்புகள்

கிடைக்கும்போது அந்த அரும்பெரும் கருத்துகளைக் கேட்டு இன்புறுவதோடு மனதையும் புத்துணர்வு பெறச் செய்து கொள்ள வேண்டும். நல்ல அறிவுரைகளைக் கேட்கின்ற அருமையான சந்தர்ப்பம் கிடைக்கும்போது முதலில் அவைகளைத்தான் கேட்டு இன்புற வேண்டும். அந்த அரிய வாய்ப்பு கைநழுவிப் போய்விட்டால் திரும்ப வராதல்லவா?

உயிர் என்றும் நிலைத்து நிற்க அறிவு வளர்ச்சி மிகவும் முக்கியமாகும் என்பதில் சந்தேகமே இல்லை. உணவை வேளாவேளைக்கு உட்கொள்வதை விடவும், நம் வாழ்வில் என்றும் நலம் பயக்கும் அறிவு வளர்ச்சி மிக மிக முக்கியமாகும் என்பதை உணர்த்தவேதான் வள்ளுவர் பெருமான் இவ்விதம் கூறுகிறார்; அதாவது, செவிக்குப் போதிய உணவு கிடைக்காத போது வயிற்றுப் பசிக்கு சிறிது உணவு கொடுக்கலாம் அல்லவா?

உயிர்க்கு நல்ல வளர்ச்சியைக் கொடுப்பது அறிவாகும் என்பதை முன்னரும் கண்டோம். இந்த அறிவை நூல்களைப் படித்துப் பாங்காக அறிவதை விடவும் கேள்வி மூலம் பெறுவது என்பது பெரும் பயன் அளிப்பதாகும்.

அறிவு வளர்ச்சிதான் ஒவ்வொருவருக்கும் மிகவும் முக்கியமாகும். இந்த வளர்ச்சியைச் சிறப்புறப் பெறாமல் வெறும் உடல் வளர்ச்சியைப் பெறுவதால் எந்தவிதப் பயனுமே இல்லை. எனவே, அறிவு வளர்ச்சியைப் பெறவே ஒவ்வொருவரும் கண்டிப்பாக முயல வேண்டும் என்பதுதான் அடிப்படைக் கருத்தாகும்.

இவ்விதம் நாம் கூறுகிறோமல்லவா நல்ல அறிவைப் பெற்றுச் சிறக்க வேண்டும் என்று, அனைவரும் படிக்க முடியாத வறுமைச்சூழல் இருந்து வந்ததை நாம் அறிவோம். அதை மனதில் கொண்டுதான் வள்ளுவப் பெருமான்,

கற்றிலன் ஆயினும் கேட்க அஃதொருவற்கு
ஒற்கத்தின் ஊற்றாம் துணை   414

நம் மக்கள் அனைவரும் பள்ளி சென்று கற்க முடியாத பரிதாப நிலை இருந்து வந்தது என்னவோ உண்மைதான். படிப்பார்வமுள்ளவர்களாகப் பலர் இருந்தாலும் படிக்க முடியாத சூழ்நிலை இருந்து வந்தது என்பதை மறுக்க முடியாது. இதை மனதிற் கொண்டுதான் 'கற்றிவன் ஆயினும் கேட்க' என்று கூறுகிறார். எப்படியும் நல்ல அறிவு நிறைந்த நூல்களைக் கற்றே தீர வேண்டும் என்பது முக்கியமாகும்.

நாம் நம்முடைய செவிப்புலன் வழியாகச் சின்னஞ் சிறியவைகளையே கேட்பதற்கு வாய்ப்பு ஏற்பட்டாலும்கூட அவைகளைக் கேட்டறிந்து நல்ல பலன் பெற வேண்டும். அவ்விதம் கேட்டறிவதன் மூலம் நல்ல பயன் விளைய வேண்டுமாதலால் அவை நல்லவைகளாக இருக்க வேண்டும்; அதாவது சிறந்த பலன்களை - குற்றமில்லாத பலன்களைத் தருவனவாக இருக்கவேண்டும் என்பது முக்கியமாகும். அதனால்தான், 'எனைத்தானும் நல்லவை கேட்க' என்று கூறுகிறார் வள்ளுவர் பெருமான். இவ்விதம் நல்லவைகளைக் கேட்பதன் மூலம்தான் பெருமையும் சிறப்பும் கிடைக்கும்.

ஒருவன் நல்லவனாக விளங்க வேண்டுமானால் அவன் நாளும் நல்லவைகளையே கேட்க வேண்டும். இவ்விதமாக நல்லவைகளைக் கேட்டு நல்லவனாக நடப்பவன் பிறர் செல்லும் வழியிலே என்றுமே குறுக்கிடுவதில்லை. இதனால் அவன் இன்பம் அடைகிறான்; புகழ் அடைகிறான். எந்த அளவுக்கு ஒருவன் நல்லவைகளைக் கேட்கிறானோ அந்த அளவுக்கு நல்ல வழியில் நடந்து சிறப்படைகிறான்; பெருமையும் பெறுகிறான்.

பல விஷயங்கள் விரிவாகக் கூறப்பட்டாலும் அவற்றுள் நல்லவைகளையே எடுத்துக்கொள்ள வேண்டும். அதாவது நல்லவைகளையே செவிசாய்த்துக் கேட்க வேண்டும். இவ்விதமாக நல்லவைகளைக் கேட்பதன் மூலம் எல்லாமே நலமாகத்தான் முடியும்.

எனைத்தானும் நல்லவை கேட்க அனைத்தானும்
ஆன்ற பெருமை தரும்   416

எப்படியும் - அதாவது எந்த அளவிலாவது நல்ல மொழிகளை ஒருவன் கேட்க வேண்டும். அந்த அளவுக்கு அவனுக்கு அந்த மொழிகள் பெருமையெல்லாம் கொண்டு சேர்க்கும் என்பது எவ்வளவு உண்மையாகும்?

இந்தக் காதுகளை ஆண்டவன் ஏன் படைத்திருக்கிறான் தெரியுமா? நல்ல அறிவார்ந்தவைகளைக் கேட்டு வாழ்வில் சிறந்து விளங்க வேண்டும் என்பதற்காகத்தான்.

இந்தக் காதுகள் அவ்விதம் கேட்காமல் இருந்தால் - அதாவது நல்லவைகளை நாளும் கேட்காமல் இருந்தால் அவை கேளாத செவிகளேயாகும். அதாவது செவிட்டுத்தன்மை கொண்டவையேயாகும்.

நல்ல அனுபவம் உள்ளவர்கள் கூறும் ஆன்ற அறிவுரைகளைக் கேட்காத செவிகள் உண்மையில் கேட்கும் தன்மையை இழந்த செவிகளாகும் என்று வள்ளுவர் பெருமான் எவ்வளவு நயம்படக் கூறுகிறார்.

கேட்பினும் கேளாத் தகையவே கேள்வியால்
தோட்கப் படாத செவி   418

உண்மையான கேள்வியறிவு பெறுவதற்காகத்தான் இந்தச் செவிகள் படைக்கப்பட்டிருக்கின்றன. அவ்விதம் கேள்வி யறிவைக் கேட்டு நிதமும் பலன் பெறாத செவிகள் கேட்கும் தன்மையை முற்றிலும் இழந்த செவிகளே யாகும்.

நல்ல அறிவுரைகளை நாளும் கேட்டுக் கேட்டுச் செவியினால் சுவையுணர வேண்டும் என்று எவ்வளவு அழகாகக் கூறுகிறார் வள்ளுவர் பெருமான் என்று எண்ணி வியந்து போற்றிட வேண்டும். செவிமூலம் கேட்கும் அமுத மொழிகள் அவ்வளவு சிறந்த சுவையுடையதாகும்; அதாவது நல்ல பலன் தருபவையாகும் என்று கொள்ளலாம்.

இவ்விதமாக செவி மூலம் கிடைக்கும் நல்ல அறிவைப் பெறாமல், நாக்கினால் அறுசுவையை மாத்திரம் சுவைக்கும் தன்மை கொண்டவன் உயிருடன் இருந்தாலென்ன, இறந்தால் என்ன என்று கேட்டுக் கேள்விச் செல்வத்தின் சிறப்பை உணர வைக்கிறார்.

நாளும் பொழுதும் நல்லவைகளையே கேட்டு நம் அறிவையும் வளர்த்துக்கொள்ள வேண்டும்.

செவியிற் சுவையுணரா வாய்உணர்வின் மாக்கள்
அவியினும் வாழினும் ஏன்? 420

செவியிற் சுவையுணராமல், வாய் உணர்வில் இன்பம் அடைபவர்களை மக்கள் என்று கூறாமல் மாக்கள் என்று எவ்வளவு கேவலமாகக் கூறுகிறார். இத்தகையோர் வாழ்ந்தால் என்ன, இறந்தாலென்ன என்று கேட்டு வேதனைதான் அடைகிறார் வள்ளுவர் பெருமான். ஆகவே, நாம் செய்ய வேண்டுவதெல்லாம் நாளும் நல்லவைகளையே கேட்டு வாழ வேண்டும்; நலமெல்லாம் பெற வேண்டும் என்பதேயாகும்.

�֍

2. அறிவுடைமை

'கேள்வி'க்கு அடுத்தபடியாக 'அறிவுடைமை' என்னும் அதிகாரம் இடம்பெறுகிறது. கல்வி, கேள்விகளினால் வரும் அறிவோடு ஒருவர்க்கு இயற்கையறிவு - அதாவது உண்மை யறிவும் சிறந்து விளங்கும் போதுதான் நிறைவு பெறும் சிறந்த அறிவைப் பெற்றுச் சிறக்க முடியும்.

கல்வியறிவு அறவே இல்லாதவர்கள் எத்தனையோ பேர்கள் தங்களிடமுள்ள இயற்கையறிவின் துணை கொண்டும் கேள்வியறிவின் துணை கொண்டும் மிகச்சிறந்து விளங்கிடக் காணலாம். இந்த நுண்ணறிவு பெற்றவர்கள் தங்கள் வாழ்வில் நிச்சயமாக உயர்ந்து நிற்பார்கள். இந்த நுண்ணறிவுடன் கல்வியறிவு மற்றும் கேள்வியறிவும் பெற்றுச் சிறந்து விளங்குபவர்கள்தான் வாழ்வில் ஒளி விட்டுப் பிரகாசிப்பார்கள் என்பது திண்ணம்.

'அறிவுடையார் எல்லாம் உடையார்' என்று வள்ளுவர் பெருமான் கூறுவது இந்த அடிப்படையிலாகும் என்று கொள்ளலாம்.

ஒருவன் வாழ்க்கையில் சிலபல சூழ்நிலைகளின் காரணங்களால் செல்வ வளத்தை இழக்க நேரிட்டாலும்கூட அவன் தன்னுடைய ஊக்கமுடைமையாலும் அறிவுடைமை யாலும் நிச்சயமாக முன்னேற முடியம்.

இதனால்தான் வள்ளுவர் பெருமான் அறிவைப் பற்றிக் கூறும்போது, 'அறிவு அற்றங் காக்கும் கருவி' என்றார்.

'அற்றம்' என்பதற்குக் 'கடைசி' என்றும், 'முடிவு' என்றும் பொருள் கொள்ளலாம். முன்குறிப்பிட்ட வண்ணம் சில பல சந்தர்ப்பங்களால் அவன் நிலை தடுமாறும்போது அவனுடைய 'அறிவுடைமை' நிச்சயம் அவனைக் காப்பாற்றத்தான் செய்யும். அதாவது அவனுக்கு அழிவு வராமல் நிச்சயமாக அவனைக் காப்பாற்றத்தான் செய்யும் என்பதில் சந்தேகமில்லை.

நல்ல அறிவுள்ள ஒரவன் தன் அறிவைப் பயன்படுத்தி நிச்சயமாகத் தன்னைக் காப்பாற்றிக் கொள்வான். சில சூழ்நிலைகளின் காரணத்தால் துன்பங்கள் வரத்தான் செய்யும்; உடனே துவண்டு போய்விடக் கூடாது; தன்னம்பிக்கையை இழந்து போய்விடக் கூடாது. இவ்விதம் ஒருவன் தன்னம்பிக்கையை இழக்க நேர்ந்தால் அவன் பெற்ற அறிவால் அவனுக்கு என்ன பயன்? ஒன்றுமே இல்லையே! எனவே, அவன் எந்த நிலையிலும் தன்னம்பிக்கையை இழக்காமலும், அதே நேரத்தில் தன் அறிவைப் பயன்படுத்தி எதிர்பாராமல் வந்த இடுக்கண்களிலிருந்தும் தப்பிக்க வேண்டும்.

ஒருவன் நல்ல அறிவுடையவனாகத் திகழ்ந்தானென்றால் அவனை எந்தப் பகைவர்களாலும் அழிக்கவே முடியாது. அவனுக்கு நல்ல அரணாக இருந்து அறிவுடைமையானது அவனைக் காப்பாற்றி விடும்.

சிலர் தங்கள் வாழ்க்கையில் ஏற்படும் எதிர்பாராத துன்பங்களின் காரணத்தால் தற்கொலை செய்து ொள்கிறார்கள். இதைவிடக் கொடுமை என்னவென்றால் குடும்பத்துடன் - குழந்தை குட்டிகளுடன் தற்கொலை செய்து கொள்கிறார்கள். இது உண்மையில் பெரிய பேதைமையாகும்.

தன்னுடைய அறிவைப் பயன்படுத்திக் கொஞ்சம், அதாவது சிறிதளவு சிந்திப்பார்களானால் நிச்சயமாக இந்த அவசர முடிவுக்கு - முட்டாள்தனமான முடிவுக்கு வரவே மாட்டார்கள்.

என்னதான் தலைபோகிற விஷயமாக இருந்தாலும் கூட அவன் கொஞ்சம் சிந்தித்துப் பார்க்க வேண்டும்; எந்த இக்கட்டான சூழ்நிலையாக இருந்தாலும்கூட அவனுடைய அறிவுடைமையின் ஒரு சிறிய துளி நிச்சயமாக அவனைக் காப்பாற்றத்தான் செய்யும்.

அறிவுஅற்றம் காக்கும் கருவி செறுவார்க்கும்
உள்ளழிக்க லாகா அரண்   421

அறிவானது ஒருவனுக்கு நல்ல பாதுகாப்பாக இருந்து அவன் துன்புறும்போது நிச்சயமாக அவனைக் காப்பாற்றத்தான் செய்யும் என்பதில் சந்தேகமேயில்லை. சாதாரணமாக ஒருவன் வாழும்போது அவன் தன் அறிவைப் பயன்படுத்தா விட்டாலும், எதிர்பாராத விதமாக ஏற்படும் துன்ப நிலைகளின் போது கட்டாயமாக அவன் தன் அறிவின் ஒரு துளியையாவது பயன்படுத்தியே தீர வேண்டும்.

பகைவர்கள் என்னதான் பேராற்றல் பெற்றவர்களாக இருந்தாலும், பெரும் பணமுடையவர்களாக இருந்தாலும்கூட, நல்ல மதிநுட்பம் வாய்ந்தவர்களைக் கண்டு அஞ்சத்தான் செய்வார்கள். பகைவர்கள் அஞ்சுவது என்பது வேறு, பொது வாக அறிவுடைமையானது நிச்சயமாக ஒருவனைக் காப் பாற்றும்; அவன் இக்கட்டான நிலைமையில் இருக்கும்போது உறுதியாக அவனைக் காப்பாற்றும்.

இதையெல்லாம் மனதில் கொண்டுதான், 'அறிவு அற்றம் காக்கும் கருவி' என்றார். இது மறுக்க முடியாத உண்மையாகும்.

எனவே, துன்பங்கள் எந்த நிலையில் வந்தாலும் கூடத் தயக்கமின்றித் தம் அறிவைப் பயன்படுத்தி நிதானமாகச் சிந்தித்துப் பார்த்தால் நிச்சயமாக விடிவு ஏற்படத்தான் செய்யும். என்பதில் சந்தேகமேயில்லை. அது எவ்வளவு பெரிய பிரச்சினையாக இருந்தாலும் சரி, முன் சொன்ன வண்ணம் தலை போகிற பிரச்சினையாக இருந்தாலும் சரி, அந்தத்

துன்பங்களிலிருந்தும், துயரங்களிலிருந்தும் நிச்சயமாக விடுபடலாம். அதாவது அவன் பெற்றுள்ள நல்லறிவு எந்தப் பகையையும் (துன்பத்தையும்) வெல்வதற்கு நிச்சயமாகத் துணையாக நிற்கும்.

இந்த அறிவு சாமானியமானதல்ல; அவனுடைய ஐம்புலன்களைக் கட்டுப்படுத்திடத் துணை நிற்கிறது. தவறு செய்ய எண்ணுவது என்பது மனித இயல்புதான். அவன் தன் எண்ணத்தைச் செயல்படுத்தா விட்டால் அவன் நல்லவனாகிறான்; அவன் உயர்ந்தோன், சிறந்தோன் என்று போற்றப்படுகிறான். அவன் தன் புலன்கள் வழியே சென்றானென்றால் அவன் தீயவன் என்ற பெயர் பெறுகிறான்.

மனமானது பல வழிகளில் செல்லும் தன்மையுள்ளது என்பது தெரிந்த ஒன்றேயாகும். அது போக எண்ணும் இடத்திற்கு அதைப் போகவிடக் கூடாது என்பது முக்கியமாகும்.

இதை மனதிற் கொண்டுதான், 'சென்ற இடத்தால் செலவிடா' என்று கூறுகிறார். அதனுடைய போக்கிற்கு அதைச் செல்லவிடக் கூடாது என்று கூறுவதோடு நிறுத்திக் கொள்ளாமல், 'தீதொரீஇ நன்றின்பால் உய்ப்பது அறிவு' என்று கூறி நமக்கு அறிவுரை நல்கிறார். நம் ஐம்புலன்களையும் கட்டுப்படுத்திட வேண்டுமென்று.

அறிவுடையோர் ஐம்புலன்களையும் கட்டுப்படுத்தும் ஆற்றலுடையவர்கள் என்று கூறுவதை விடவும், ஐம்புலன்களையும் கட்டுப்படுத்திட வேண்டும் என்பது முக்கியமாகும்; அது இங்கு உணர்த்தப்படுகிறது.

அனைத்துத் துன்பங்களுக்கும், இடையூறுகளுக்கும், ஏன், அனைத்திற்குமே புலன்களைக் கட்டுப்படுத்தாமையே காரணமாகும் என்று கூறுகிறார் வள்ளுவர் பெருமான். 'தீதொரீஇ நன்றின்பால் உய்ப்பது அறிவு' என்பது இதையே உணர்த்துவதாகும் என்று கொள்ளல் வேண்டும்.

நல்ல அறிவுரையை - நல்ல பயனளிக்கும் சிறந்த நுட்பமான பேச்சை யார் கூறினாலும் அதைச் செவிமடுக்க வேண்டும்; கேட்டு அதிலுள்ள உண்மையென்னும் உயர் பொருளை உய்த்துணர்ந்து வாழ்க்கைக்குப் பயன்படுத்திக் கொள்ள வேண்டும்; இதுவே அறிவுடைமையாகும் என்று தெளிவுபடக் கூறுகிறார் வள்ளுவர் பெருமான்.

வேண்டியவர் கூறுகிறார். அதனால் நன்மைகள்தான் விளையுமெனறோ, வேண்டாதவர் கூறுகிறார். இதனால் தீமை தான் பலனாக முடியும் என்று எண்ணுவதோ பேதைமையாகும்.

அவர், யாராக இருந்தாலென்ன? நண்பராக இருந்தா லென்ன, பகைவராகவே இருந்தாலென்ன, அவர்கள் கூறும் பொருள் உண்மைதானா என்பதுதான் முககியமாகும்; சொல்லப்படுபவர்கள் இங்கு முக்கியமானவர்கள் அல்லர். நமக்கு வேண்டியது என்ன? நல்ல பலன்; அதாவது நல்ல விளைவு; எனவே, சொல்லும் நபரைப் பற்றி எண்ணிப் பார்க்காமல் சொல்லப்படும் பொருள் பற்றியே எண்ண வேண்டும்; இதுவே அறிவுடைமையாகும்.

எப்பொருள் யார்யாாவாய்க் கேட்பினும் அப்பொருள்
மெய்ப்பொருள் காண்பது அறிவு 423

சில சந்தர்ப்பங்களில், உயர்ந்தோர் என்று மதிக்கப்படு வோர், நண்பர்கள் என்று போற்றப்படுவோர் முரண்பாடான முறையில் கூறினார்கள் என்றால் அதை ஏற்பது கூடாது; அது அறிவீனமாகும்.

சிலர் வேண்டாதவர்களாகக் கருதப்படுபவார்கள்; குறிப்பிட்ட ஒன்று பற்றி உண்மைப் பொருளைத் தங்கள் அனுபவ வாயிலாகக் கூறிட நேரிடலாம். அவர்கள் கூறும் பொருள் தீமையுடையதாகவே இருக்கும் என்று எண்ணுதல் கூடாது.

எந்தக் கருத்துகளை எடுத்துரைத்தாலும், அவைகளைத் தெளிவாகவும், பிறர் நன்கு புரிந்து கொள்ளும் வண்ணம் எளிமையாகவும் கூறிட வேண்டும். இந்தப் பேராற்றல் பெறுவது என்பது எளிதல்ல; இருந்தாலும் இந்த ஆற்றலைப் பெற்றுச் சிறந்திட வேண்டும் என்பது மிகவும் முக்கியமாகும்.

இவைகளை மனதில் கொண்டுதான் எதையும் பேச வேண்டும். மனதில் தோன்றியதை எல்லாம் பேசிவிடக் கூடாது; எதையாவது பேச வேண்டும் என்ற எண்ணத்தில் பேசிவிடக் கூடாது. பிறரிடம் விரிவாகப் பேசும் திறன் பெற்றவர்கள் இவைகளை யெல்லாம் எண்ணிச் செயல்பட வேண்டும் என்பது முக்கியமாகும்.

இதை மனதில் கொண்டுதான் வள்ளுவர் பெருமான் இவ்விதம் நமக்கு உணர்த்துகிறார்:

எண்பொருளவாகச் செலச்சொல்லித் தான் பிறர்வாய்
நுண்பொருள் காண்பது அறிவு   424

எவ்விதம் பேச வேண்டும், எவ்விதம் எடுத்துரைக்க வேண்டும் என்று எடுத்தியம்பிய வள்ளுவர் பெருமான், பிறர் கூறுபவைகளிலுள்ள நுட்பமான உண்மைகளை உணர்ந்து பயன்பெறுவதே நல்லறிவாகும் என்று கூறுவது சிந்திப்பதற் குரியதாகும்.

அறிவால் உயர்ந்து நிற்கும் சான்றோர்கள் எந்த வழிச் செல்கிறார்கள் என்று பார்த்து அந்த வழியில் நாமும் செல்ல வேண்டும். இதுவே அறிவுடைமையாகும். அனுபவம் மட்டுமன்றி அறிவாலும் சிறந்து விளங்குபவர்கள் நிச்சயமாக உயர்ந்த வழியில், நேர்மையான வழியில்தான் செல்வார்கள் என்பது திண்ணம். எனவே, அந்த வழி நிச்சயமாக நேரிய வழியாகத்தான் இருக்கும் என்பதில் சந்தேகமேயில்லை; அந்த வழியைத்தான் நாம் பின்பற்றிட வேண்டும். அதுதான் உயர்ந்த வழி என்றும் கொள்ள வேண்டும்.

இதை மனதில் கொண்டுதான், 'உலகம் தழீஇயது ஒட்பம்' என்று கூறினார் வள்ளுவர் பெருமான்.

இவ்வாறு சென்று, இன்பம் வந்த காலத்தில் தன்னை மறப்பதும், துன்பம் வந்த காலத்தில் வருத்துவதும் இல்லாத உயர் தன்மையுடன் வாழ வேண்டும். இதற்கு நிச்சயமாக நல்ல அறிவு துணை நிற்கும் என்பதில் ஐயமில்லை.

பொதுவாகச் சான்றோர் என்று போற்றப்படுபவர்கள் யாராயினும் அவர்கள் பிறருக்குப் பயன்படுவோராகவே வாழ்கின்றார்கள் என்பது தெளிவாகும். அவ்விதம் வாழ்வது என்பது அவர்களுடைய இயல்பாகவும் ஆகிவிடுகிறது.

இந்த உலகத்துச் சான்றோர்கள் யாருடைய வாழ்க்கை யையும் எடுத்து ஆய்ந்து பார்த்தால் அவர்களுடைய வாழ்க்கை யானது பிறர் நலம் கருதியதாகத்தான் இருக்கக் காணலாம். அதாவது தன்னலம் கருதாத தூய வாழ்க்கையைத்தான் அவர்களிடம் காண முடியும்.

உயர்ந்தோர் வழியில், நல்லோர் வழியில் என்றும் செல்ல வேண்டும் என்பது முக்கியமாகும்; இதை ஒவ்வொருவரும் பின்பற்ற வேண்டும்.

இதை மனதில் கொண்டுதான் வள்ளுவர் பெருமரன் இவ்விதம் கூறுகிறார்:

எவ்வது உறைவது உலகம் உலகத்தோடு
அவ்வது உறைவது அறிவு 426

காலத்திற்கும் இடத்திற்கும் ஏற்ப எவ்விதம் இந்த உலகத்து மக்கள் நடக்கிறார்களோ, அவ்விதம்தான் நாம் நடக்க வேண்டும்; இதுதான் அறிவுடைமையாகும்.

இவ்விதமெல்லாம் அறிவில் சிறந்து விளங்குபவர்கள் எதிர்காலத்தை உணர்ந்து கொள்ளும் ஆற்றல் பெற்றவர்களாகத் திகழ்கிறார்கள்.

எதிர்காலத்தைப் பற்றிச் சரியாக நிர்ணயிக்க முடியாத வர்கள், அதாவது இப்படித்தான் இருக்கும் என்று உணர்ந்து அதன் வழி நடக்காதவர்கள் அறிவில்லாதவர்களே ஆவர். (அறிவிருந்தும் அறிவுடையோர் அல்லர்)

நடந்த காலத்தைப் பற்றிக் கூறிப் பெருமைப்படுவது என்பது அறிவுடைமை என்று போற்றிட முடியாது. தன்னுடைய ஆழ்ந்த அனுபவத்தாலும் அறிவின் துணைகொண்டும் எதிர்காலம் பற்றி நிர்ணயிப்பதே சிறந்த அறிவுடைமையாகும்.

இதை நமக்கு உணர்த்தி நல்ல அறிவுடையோராகத் திகழ்ந்திட வேண்டும் என்ற எண்ணத்தில்தான் இவ்விதம் வள்ளுவர் பெருமான் கூறுகிறாரோ என்று எண்ணிடத் தோன்றுகிறது.

அறிவுடையார் ஆவது அறிவார் அறிவிலார்
அஃதறி கல்லா தவர்   427

எந்தக் காரியத்தைச் செய்ய முனைந்தாலும், அது செய்து முடிக்கப்பட்ட பின்னர், அதனால் விளையும் பலன் இப்படித் தான் இருக்கும் என்பதை முன்னரே தெரிந்து (உணர்ந்து) செயல்படுவோரே அறிவுடையார் என்று போற்றப்படுவர்; அவ்வாறு உணர்ந்து தெளிந்து கூறமுடியாதவர் அறிவுடையோர் அல்லர் என்றுதான் கூற வேண்டும்.

அறிவுடையோரின் தனிச்சிறப்பு என்ன தெரியுமா, அஞ்சத்தக்கவைகளுக்குக் கண்டிப்பாக அஞ்சியே தீர வேண்டும். அறிவில்லாதவர்கள் எதைப் பற்றியும் எண்ணிப் பார்க்காமல் விளைவு என்னவாக இருந்தாலும் அதைப்பற்றிப் பொருட்படுத்தாமல் நடந்து பெருந்துன்பங்களுக்கு ஆளாவார்கள்.

இதை மனதில் கொண்டுதான், 'அஞ்சுவது அஞ்சாமை பேதைமை' என்று கூறுகிறார்.

நியாய வழியில், நேர்மையில் துணைகொண்டு நடக்க வேண்டும் என்ற அச்சவுணர்வுடன் நடப்பவர்களே நீண்ட காலம் வாழ்வார்கள். எல்லா நலங்களையும் பெற்றுத் திகழ்வார்கள். இதற்கு அவர்களுடைய மனமே காரணமாகும்; சிறந்த மனப்பான்மையே காரணமாகும் என்று உறுதியாகக் கூறலாம்.

இந்த உயர் மனதை எவ்விதம் அடைகிறார்கள் என்றால், 'அஞ்சுவது அஞ்சல் அறிவார் தொழில்' என்ற உயர் பண்பாட்டில் அவர்கள் சிறந்து விளங்குவதால் என்று கொள்ள வேண்டும்.

நல்ல பண்பாளர்கள் மன அமைதியுடன் இருப்பதன் காரணம் வேறொன்றுமில்லை. பின்னர் வரக்கூடிய துன்பங்களை முன்னரே உணர்ந்து காத்துக் கொள்ளும் உயர் பண்பை அவர்கள் பெற்றிருப்பார்கள்தான். இவ்விதம் இருந்தால் அவர்களுக்கு ஏன் துன்பம் வரப்போகிறது? நிச்சயமாக வராது.

இத்தகைய பண்பாளர்களுக்கு, 'இல்லை, அதிர வருவதோர் நோய்' என்று திட்டவட்டமாகக் கூறுகிறார்.

காரணம், அவர்கள் அறிவுடையவர்கள்; இப்படித்தான் ஒவ்வொன்றும் நடக்கும் என்பதை நன்கு உணர்ந்து தெளிந்த வர்கள் என்பதால்தான்.

பின்னால் இன்னதுதான் வரும், இப்படித்தான் வரும் என்பதை அறிவுடையோர் உணரும் ஆற்றல் பெற்றவர்களாவர். எனவேதான் அவர்களுக்கு வாழ்வில் என்றுமே துன்பம் இல்லை; துயரமும் வருவதில்லை.

இவ்விதமெல்லாம் அறிவுடைமையைப் பற்றிக் கூறிவந்த வள்ளுவர் பெருமான், 'அறிவுடையார் எல்லாம் உடையார்' என்று முடிக்கிறார்.

உண்மையில் அறிவுடையார்தான் எல்லாம் உடையோராகப் போற்றப்படுகிறார்கள்.

எதையும் சிறப்புற அடையவும், போற்றுவதற்கும் நல்ல அறிவு பெற வேண்டும் என்பது தெளிவாகும். அறிவில்லாதவர்களாக இந்த உலகத்தில் வாழ்ந்து வந்தால் எந்தப் பொருளின் பயனையும் சிறப்புறப் பெறமுடியாது என்பது உண்மையாகும். ஆகவேதான் அறிவுடையாரே எல்லாம் உடையராகப் போற்றவும் மதிக்கவும் படுகின்றனர்.

ஒருவன் வேறு எதுவும் இல்லாதவனாக இருந்தாலும் அறிவுடையவனாக இருந்தால் மட்டும் போதும்; அவன் அனைத்தையும் பெற்றவனாவான் என்பதில் ஐயமே இல்லை.

அறிவுடையார் எல்லாம் உடையார் அறிவிலார்
என்னுடைய ரேனும் இலர் 430

❄

3. குற்றங் கடிதல்

ஒருவன் தன் வாழ்வில் குற்றமே இல்லாத வாழ்க்கை வாழ்வது என்பது இயலாத ஒன்றேயாகும். அவ்விதம் தன்னுடைய செயலால் குற்றங்கள் ஏற்பட நேரிடின் அத்தகைய குற்றங்களைப் போக்கிக்கொள்ள வேண்டும்; மேலும் அது போன்ற குற்றங்கள் ஏற்படாமல் பார்த்துக்கொள்ள வேண்டும். இதுதான் அறிவுடைமையாகும்.

அறியாமையின் காரணத்தால் காமம், குரோதம், லோபம், மோகம், மதம், மாச்சர்யம் போன்ற குற்றங்கள் நடைபெறு கின்றன என்பதை நாம் அறிவோம்.

இவ்விதம் ஏற்படும் குற்றங்கள் வராதவண்ணம், அதாவது ஏற்படாதவண்ணம் செயல்படும் திறமை அறிவுடையார்க்கு உண்டு.

அறிவுடையோர் தங்கள் செயலால் குற்றங்கள் எதுவும் ஏற்படாவண்ணம் பாதுகாத்திட வேண்டும் என்பது முக்கிய மாகும்; அதையே குறிக்கோளாகக் கொண்டு செயல்படவும் வேண்டும்.

பொதுவாக, நல்லறிவுடையோர், தங்களிடம் எந்தவிதக் குற்றமுமின்றி நடந்துகொள்ள வேண்டும் என்பது முக்கிய மாகும்.

யாரிடமும் அகங்காரம் கூடாது, கோபம் கூடவே கூடாது; சிறுமை சிறிதளவும் கூடாது என்ற உயர் வழி நின்று

சிறந்து விளங்கிட வேண்டும். இவைகளையே தங்கள் கொள்கையாகக் கொள்ள வேண்டும்.

இவ்விதமாகச் சிறந்து விளங்குபவர்கள்தான் பலராலும் பாராட்டப்படுவார்கள்.

யாரிடத்திலும் 'நான் பெரியவன்', 'எல்லாம் தெரிந்தவன்' என்ற செருக்கு இருக்கவே கூடாது.

இவைகளையெல்லாம் நமக்கு உணர்த்த வேண்டும் என்ற எண்ணத்தின் அடிப்படையில்தான்,

செருக்கும் சினமும் சிறுமையும் இல்லா
பெருக்கம் பெருமித நீர்த்து 431

என்று வள்ளுவப் பெருமான் கூறுகிறார்.

நாம் முன் குறிப்பிட்ட வண்ணம், அகங்காரம் கூடாது, கோபம் கூடாது, மிகவும் தாழ்ந்த குணமாகிய ஆசை கூடவே கூடாது. இவைகளில் எதுவுமின்றி வாழ்கின்ற உயர்ந்த வாழ்க்கையை, பெருமித வாழ்க்கையை அமைத்துச் சிறப்புற வாழ வேண்டும் என்று கூறுகிறார்.

பொதுவாக யாரிடத்திலும் உலோபத்தன்மை கூடாது; பண்பாடு அறவே இல்லாத இழிகுணம் யாரிடத்திலும் கூடாது; பெருமைக்கு அப்பாற்பட்ட செயல்களில் யாரும் இறங்கக் கூடாது. இவைகள் அனைத்தையுமே குற்றங்களாகக் கொள்ள வேண்டும்.

யாராக இருந்தாலும் தாராள மனப்பான்மையுடையவர் களாக இருப்பது முக்கியமாகும். பணம் இருந்தால்தான் இந்த மனப்பான்மை இருக்க வேண்டும் என்பது அல்ல. இந்த உயர்ந்த மனப்பான்மையானது ஒருவனை மேம்படுத்துவதாகும்.

மிகவும் பெருமை தரக்கூடிய செயல்களில் என்றும் ஈடுபட வேண்டும்; அதாவது பெருமைக்குக் குந்தகம்

விளைவிக்கும் எந்தச் செயல்களிலும் இறங்கக்கூடாது. இவைகளை மனதில் கொண்டுதான்,

> இவறலும் மாண்பிறந்த மானமும் மாணா
> உவகையும் ஏதம் இறைக்கு   432

என்று கூறுகிறார் வள்ளுவர் பெருமான்.

எந்த நிலையிலும் யாரும் குற்றமற்றவர்களாக நடந்து கொள்வது என்பது முக்கியமாகும்.

பழியைக் கண்டு அஞ்ச வேண்டும்; எங்கே தன் செயல்கள் மூலம் பழி வந்து சேருமோ என்று அஞ்ச வேண்டும். இவ்விதம் அஞ்சி வாழ்வதன் மூலம்தான் பழியில்லா வாழ்வை வாழ முடியும்.

எந்தவிதச் சிறு குற்றமும் தங்கள் வாழ்வில் நிகழாத வண்ணம் உயர்ந்த - சிறந்த வாழ்க்கை வாழ்வதே போற்றுதற்குரிய வாழ்க்கை முறையாகும். எந்தவிதக் குற்றமும் இன்றி உயர் வாழ்வு வாழ வேண்டும் என்பதே இலட்சியமாக இருக்க வேண்டும்.

தினைத்துணைக் குற்றம் கூட வரக்கூடாது என்பது வள்ளுவர் பெருமானின் எண்ணமாகும். இவ்விதமாகத் தினைத்துணை குற்றம் வந்தாலும் அக்குற்றத்தை பனைத் துணையாகக் கொண்டு நல்ல பண்பாளர்கள் பெரிதும் வருந்துவர், அதையே எண்ணி எண்ணி வேதனைப்படுவர் என்று கூறுகிறார் வள்ளுவர் பெருமான்.

> தினைத்துணையாம் குற்றம் வரினும் பனைத்துணையாக்
> கொள்வர் பழிநாணு வார்   433

எந்தவிதச் சிறு குற்றமும் தம்மால் ஏற்பட்டு விடக்கூடாது என்று எண்ணிக் குற்றமில்லாத வாழ்க்கையையே வாழ்வதற்கு முயலுவார்கள். இவ்விதமாகக் குற்றமற்ற வாழ்க்கை

வாழ்வதையே தம் கொள்கையாகக் கொண்டு வாழ்வார்கள். எங்கே தங்கள் வாழ்வில் பழி வந்து சேர்ந்து விடுமோ என்று அஞ்சியவர்களாய் அவர்கள் வாழ்வார்கள் என்று கூறிச் சிறப்பிக்கிறார்.

யாருமே குற்றம் அற்றவர்களாக வாழ வேண்டும் என்பதில் கவனம் செலுத்த வேண்டும்; இதையே குறிக் கோளாகக் கொள்ள வேண்டும்.

ஒருவன் குற்றம் செய்தால் அவனுக்குத் துன்பம் வந்து சேரும் என்பதில் சந்தேகமே இல்லை; இன்னும் சொல்லப் போனால் இந்தக் குற்றமே அவன் வாழ்வில் அழிவை உண் டாக்கி விடும். ஒவ்வொருவரும் குற்றம் நீங்கி வாழ்ந்தால்தான் அவர்களால் நிம்மதியாக வாழ முடியும்; நிறைவாகவும் வாழ முடியும். அறியாமையால் உண்டாகும் குற்றம் ஒருவனைத் தனியிடத்தில் அழித்து விடும் என்பதில் சந்தேகமே இல்லை.

குற்றமே காக்க பொருளாகக் குற்றமே
அற்றம் தரூஉம் பகை   434

குற்றம் தன்னிடத்தே ஒருபோதும் வராமல் காத்து வரவேண்டும். ஏனென்றால் அந்தக் குற்றம்தான் பாதுகாப்பற்ற இடத்தில் பகைவனாக இருந்து கெடுத்து விடும்.

ஒரு சிறிய நெருப்புப் பொறி வைக்கோல் போரை ஒரு நொடியில் அழித்து விடும் தன்மை கொண்டதாகும். இதைப்போல ஒரு சிறிய குற்றம் செய்தாலும் கூட அது அவனது சிறப்பான செயல்கள் அனைத்தையும் அழித்து விடும். ஆகவே, எந்த நிலையிலும் குற்றங்களுக்கு இடம் கொடுக்கவே கூடாது. குற்றம்தான் பெரும் பகையாகும். ஒருவன் எவ்வளவு பெரியவனாக இருந்தாலும் அவன் செய்த சிறு குற்றம் கூட அவனுக்குப் பெரும் பழியை உண்டுபண்ணி விடும்.

இதையெல்லாம் மனதில் கொண்டுதான் வள்ளுவர் பெருமான் இவ்விதம் கூறுகிறார்.

வருமுன்னர்க் காவாதான் வாழ்க்கை எரிமுன்னர்
வைத்தூறு போலக் கெடும்   435

எந்தக் குற்றமும் நிகழ்வதற்கு முன்னரே அந்தக் குற்றம் நிகழாதவண்ணம் பாதுகாத்துக் கொள்ள வேண்டும். அவ்விதம் பாதுகாத்துக் கொள்ளும் தன்மையில்லாதவன் நெருப்பு முன் போடப்படும் வைக்கோல் போல அழிந்து போவான்.

ஒவ்வொருவரும் தன்னிடம் எந்தக் குற்றமும் எக்காலத்திலும் ஏற்படாவண்ணம் பாதுகாத்துக் கொள்ள வேண்டும். குற்றங்கள் செய்யப்பட்டால் அந்தக் குற்றங்களுக்கு ஏற்றவண்ணம் தண்டனையளிக்க வேண்டும். குற்றம் எதுவும் நிகழாதபோது தண்டனையளிப்பது கூடாது. குற்றம் கண்ட இடத்தில் தண்டனை அளிப்பது என்பது அவனைத் திருத்தி நல்வழியில் செலுத்துவதற்காகும்.

ஒவ்வொருவரும் தன்னிடத்தில் எந்தக் குற்றமும் எக்காலத்திலும் ஏற்படாமல் பார்த்துக்கொள்ள வேண்டும். மேலும், மக்களிடையே குற்றங்களைப் பார்த்து அந்தக் குற்றங்களுக்குத் தக்கவாறு தண்டனையளிக்க வேண்டும். குற்றம் நிகழாத இடத்தில் தண்டனை கிடையாது; தண்டனை யளிக்கக் கூடாது; குற்றம் கண்ட இடத்தில் தண்டனை யளிப்பது என்பது மக்களைத் திருத்தி நல்வழிப்படுத்துவதாகும்.

தன்குற்றம் நீக்கிப் பிறர்குற்றம் காண்கிற்பின்
என்குற்றம் ஆகும் இறைக்கு   436

இவ்வாறெல்லாம் கூறிவந்த வள்ளுவர் பெருமான், செய்ய வேண்டிய காரியங்களை உரிய நேரத்தில் செய்யாமல் இருப்பதையும் குற்றம் என்றே கூறுகிறார்; மேலும், பணத்தையோ தன் செல்வாக்கையோ உபயோகித்து மக்களுக்கு உதவாமல் இருப்பதும் பெருங்குற்றமாகும் என்றுரைக்கிறார். இவ்விதம் தம் பொருளைச் செலவு செய்து பிறர்க்கு உதவுவதன் மூலம் செல்வாக்கு பெருகுவதுடன் பிறரும் நன்மை

அடைவார்கள் என்பது கருத்தாகும். பண வசதியுள்ளவர்கள், மக்களிடம் செல்வாக்கு மிகப் பெற்றவர்கள் இத்தகைய முயற்சிகளில் ஈடுபட வேண்டும். பிறருக்கு உதவிடும் அதே நேரத்தில் தன்னுடைய செல்வாக்கும் வளரும் என்பது உண்மையாகும்.

இவ்விதம் ஈடுபடாமல் இருந்தால் அவனுடைய வளர்ச்சி பாதிக்கப்படும்; அதாவது அவன் புகழ் பரவாது.

பொருள் வசதி படைத்தவர்கள் நல்ல மனம் படைத்தவர்களாக விளங்கிப் பிறருக்கு உதவிட முன்வந்தால் பிறர் நலம் பெறுவதோடு அவர்களின் பேரும் புகழும் எங்கும் பரவும்; நிலைத்திருக்கவும் செய்யும். இவ்விதம் செய்யாமல் இருந்தால் அவரிடமுள்ள செல்வம் இருந்தும் பயன் இல்லை.

செயற்பால செய்யாது இவறியான் செல்வம் உயற்பாலது அன்றிக் கெடும் 437

தன்னால் செய்ய முடிந்த காரியங்களைச் செய்யாமல், அதாவது உரிய காலத்தில் செய்து பிறருக்கு உதவாமல் இருந்தால் (பொருளை இறுகப் பற்றிக் கொண்டிருந்தால்) அந்தச் செல்வத்தால் எந்தப் பயனும் இல்லை; அதாவது வளர்ச்சி பெறவும் செய்யாது என்பதாகும். மேலும், அது அழிந்து விடும்.

ஒருவன், எந்த நிலையிலும் தாம் செய்த நன்மைகளைப் பிறர் அறியும்வண்ணம், அதாவது புகழும்வண்ணம் பேசிக் கொண்டிருக்கக் கூடாது. தம்மால் செய்யப்படும செயல்கள் உண்மையிலேயே சிறந்து விளங்கினாலும்கூட அவைகளைப் பற்றி மீண்டும் மீண்டும் கூறித் தமக்குத்தாமே பெருமை பட்டுக்கொள்ளக் கூடாது; அதாவது தம்முடைய சிறந்த செயல்களைப் பிறர் அறியும்வண்ணம் கூறி வியந்து நிற்கக்கூடாது. இவ்விதம் செய்வது குற்றமாகும். நம்மால் செய்யப்படும செயல்கள் பிறருக்குப் பெருமளவில் நன்மை

பயக்குமானால் அவை பற்றிப் பிறர்தான் நம்மைப் புகழ்ந்து கூறவேண்டும்.

இவ்விதமாகத் தம்மைத்தாமே வியந்து கூறாமலிருப்பது போன்று நன்மை தராத செயல்களை நாம் என்றும் செய்யவும் கூடாது. நம்மால் செய்யப்படும் எல்லாச் செயல்களும் பிறருக்கு நன்மை அளிப்பதாகவே இருக்க வேண்டும்.

இவ்விதம் வள்ளுவர் பெருமான் கூறுவதன் காரணம் நாம் நமது செயல்கள் மூலம் பிறருக்கு நன்மை செய்ய வேண்டும் என்பதாம்.

வியவற்க எஞ்ஞான்றும் தன்னை நயவற்க
நன்றி பயவா வினை   439

ஆக, ஒவ்வொருவரும் குற்றம் நீங்கியவர்களாய் மட்டும் நடப்பதோடன்றி நன்மை தராத செயல்கள் எதையும் செய்யவே கூடாது. ஆகவே, எந்தச் செயலும் நன்மை தரும் செயல்களாகவே இருக்க வேண்டும்.

❋

4. பெரியாரைத் துணைக் கோடல்

வாழ்க்கையை நல்ல நெறிமுறைகளுடன் அமைத்துச் சிறப்படைவதற்கு நிச்சயமாகப் பெரியவர்களின் அனுபவ மொழிகளைப் பின்பற்ற வேண்டும்.

நல்ல அனுபவமிக்கவர்களின் அன்பை என்றும் பெற்றுச் சிறக்க வேண்டும் என்பது முக்கியமாகும். அனுபவம் உள்ள தந்தை மகனுக்குப் பலவாறு எடுத்துரைக்கிறார். அவர் ஒருவேளை பள்ளி சென்று கற்றிலராயினும் தன்னுடைய அனுபவங்களிலிருந்து தன் மகனிடம் அவ்விதம் செல்லாதே, இந்தப் பாதையில் சென்றால் நன்மை விளையும் என்றெல்லாம் கூறுகிறார். நான்கு எழுத்துகளைப் படித்துவிட்ட மகன் தன் தந்தைக்கு என்ன தெரியும், அவர் படிக்காதவர், நமக்குத் தெரிந்ததுகூட அவருக்குத் தெரியாது என்று எண்ணி அவன் விருப்பம் போலச் சென்று பின்னர் துன்பங்களையே அடைவான். இதனால்தான், இதுபோன்ற நீதிகளைக் கூறும் வரிகளையெல்லாம் பிள்ளைகள் உள்ளத்தில் இருத்த வேண்டும் என்பது முக்கியமாகும்.

பிசிராந்தையார் என்ற பெரும்புலவர், வயது நிரம்பப் பெற்றிருந்தாலும் அவர் நரை, திரை, மூப்பு இவை இல்லாதிருக்கக் கண்டு, அவரிடம் இந்த அரிய தன்மைகளை எவ்விதம் பெற்றீர் என்று கேட்கப்பட்ட போது அவர் கூறிய பதிலைப் புறநானூறு மூலம் அறிந்து கொள்ளலாம்.

நரை, திரை இவை இல்லாத நிலைகளுக்கு அவர் ஒவ்வொன்றாகக் கூறிவந்தபோது,

'ஆன்று அவிந்து அடங்கிய கொள்கைச்
சான்றோர் பலர் யான் வாழும் ஊரே'

என்று முடித்திருப்பதைக் காணலாம்.

என்னுடைய ஊரிலுள்ள அறிஞர்பெருமக்கள் சிறந்த முறையில் கல்வி கற்று விளங்குவதோடு மிகவும் அடக்கமாகவும் வாழ்ந்து வருகிறார்கள்; அதாவது சிறந்த முறையில் கற்றுத் தெளிந்தவர்கள் தன்னடக்கம் உடையவர்களாகவும் விளங்கும் ஊர் எம்மூர் என்றும் பொருள் கொள்ளலாம்.

இவ்விதமாக நல்ல அறிவாளிகள் நிறைந்த ஊரில் நான் வாழ்ந்து வருகிறேன் என்று பெருமையுடனும் மகிழ்வுடனும் கூறியுள்ளார்.

இவ்விதம், கற்பன கற்று அடங்கி வாழ்பவர்கள் நிச்சயமாக அனுபவத்தில் சிறந்துதான் விளங்குவார்கள் என்பதில் ஐயமே இல்லை. அவர்கள் எங்கள் ஊரில் நிறைய பேர்கள் இருப்பதால் அவர்கள் மூலம் நான் அறிவுத் தெளிவு பெற்றுச் சிறப்பதோடு, அறிய வேண்டியவைகளை அறிந்து கொள்வதால் துன்பம் இன்றி வாழ்கிறேன். ஆகவே எனக்கு எந்தவித மனக்கவலையுமில்லை; அதனால் துன்பமும் இல்லை. எனவே மிகவும் மகிழ்ச்சிப் பெருக்குடன் வாழ்கிறேன்; முக்கியமாக மன அமைதி மிகவும் பெற்றவனாக வாழ்கிறேன் என்றெல்லாம் மனதில் எண்ணியவராய் இவ்விதம் கூறுகிறார்.

ஆக, ஒரு ஊரில் கல்வியில் சிறந்தவர்கள், அனுபவத்தில் சிறந்தவர்கள், நல்ல அறிவில் சிறந்தவர்கள், பிறர் வாழ வேண்டும் என்ற உயர் குணம் படைத்த உத்தமர்கள் நிறைந்த ஊரில் வாழ்பவர்கள் தங்கள் வாழ்ககையில் எந்தத் துன்பத்தையுமே அடைய மாட்டார்கள்.

ஆகவே, கல்வி நலம் பெற்ற பெரியோர்கள், நல்ல அனுபவத்தில் சிறந்த பெரியோர்களை நாம் நல்ல நண்பர்களாகக் கொண்டு விளங்கினால், அல்லது, அவர்களைச்

சார்ந்து வாழ்ந்து வந்தால் நிச்சயமாக நமக்குத் துன்பம் எந்த வழியிலும் வந்து சேராது.

இதை நமக்கு உணர்த்தவே வள்ளுவர் பெருமான் 'பெரியாரைத் துணைக்கோடல்' என்ற அதிகாரத்தையே வைத்தார் என்று கொள்ளலாம்.

இந்த அனுபவம் மிக்கச் சான்றோர்கள் என்ன சாதாரண மானவர்களாகவா இருப்பார்கள்? தங்கள் பரந்த அறிவால் நல்லது எது, கெட்டது எது என்று பகுத்துணரும் வல்லமை பெற்றவர்களாகவே இருப்பார்கள் என்பதில் ஐயமே இல்லை.

இத்தகையவர்களிடம் நாம் பழகி வரவேண்டும்; இவ்விதம் அவர்களிடம் பழகி வருவதன் மூலம் நிச்சயமாக நன்மைகள் அனைத்தையும் குறைவறப் பெறலாம்.

அறன்அறிந்து மூத்த அறிவுடையார் கேண்மை திறன்அறிந்து சேர்ந்து கொளல் 441

ஒருவன், எவ்வளவுதான் சிறந்த அறிவுடையவனாகத் திகழ்ந்தாலும் சில சமயங்களில் அவன் தவறு செய்ய நேரலாம். அந்த நிலையில் அவனுக்கு நல்ல அனுபவமும் அறிவு முடையோர் பக்கபலமாக இருந்தால் அவனுடைய தவறுகள் அந்த அனுபவம் மிக்கச் சான்றோர்களால் உரிய நேரத்தில் திருத்தப்படும். அன்புடன் கூறியோ, கடிந்து கூறியோ அவர்கள் திருத்தப்படுவார்கள். இவ்விதம் திருத்தப்பட வேண்டும் என்பது முக்கியமாகும்.

அற வழியில் செல்லும் முதிர்ந்த அறிவுடைய சான்றோர்கள் நிச்சயமாகக் கண்டிக்க வேண்டிய இடத்தில் கண்டிக்கவே செய்வார்கள். இதனால் விளையும் நன்மைகள் ஏராளம். ஒருவன் சிறந்து விளங்குவது அவன் வாழும் நல்ல சூழ்நிலையால்தான் என்று நாம் கூறக் கேட்டிருக்கிறோ மல்லவா, இந்த நல்ல சூழ்நிலை என்பது இங்கு குறிப்பிடப்

பட்ட நல்ல அனுபவம் வாய்ந்தோர்களின் அறிவுரை மூலம் கிடைக்கும் நன்மைகள் என்று கூறலாம்.

எப்படியோ நமது கவனக்குறைவால் துன்பங்கள் வர நேர்ந்தால் இந்த அனுபவம் மிக்கப் பெரியவர்களிடம் உண்மையை, உள்ளபடி கூறுவதில் தவறே இல்லை. தாம் செய்த தவறுகளை எதையும் எந்த நிலையிலும் மறக்காமல் அந்த அறிவுசான்ற பெரியார்களிடம் கூறிவந்தால் நிச்சயமாக அவர்கள் மாற்று வழியைக் கூறத்தான் செய்வார்கள் என்பதில் சந்தேகமேயில்லை.

இவ்விதம் நன்மைகளை நமக்குக் கூறும் பெரியார்களை அடுத்து நம்முடைய அன்பைச் செலுத்தி அவர்களை நம்மவர்களாகக் கொள்ள வேண்டும்; அதாவது அவர்களுடைய சிறந்த அன்பிற்கு நாம் பாத்திரமாக வேண்டும். அவர்களை அடுத்து அவர்களுடன் பழகி அவர்களின் பரிபூரண அன்பைப் பெற்று அவர்களுடைய மனதில் நாம் இடம் பிடிப்பது என்பது கொஞ்சம் சிரமமான காரியமாகவே இருந்தாலும் கூட, அடிக்கடி அவர்களுடன் பேச முயன்றால் வெற்றி கிடைப்பதற்கு வாய்ப்புகள் உண்டு. அவர்களுடைய பண்பாட்டின் வழி நம்முடைய பண்பாடும் இருக்குமானால் நிச்சயமாக அவர்கள் நம்மை அவர்களுடைய அன்பர்களாக ஏற்றுக் கொள்வார்கள் என்பதில் ஐயமில்லை.

அவர்களுடைய அருமையான நட்பைப் பெற்றுச் சிறப்பது ஒருவேளை முடியாத காரியமாக முதலில் தோன்றினாலும் திரும்பத் திரும்ப முயன்றால் ஏன் வெற்றி பெற முடியாது? நிச்சயமாக முடியும்.

அற வழியில் சிறந்து விளங்கும் உயர் பண்பாளர்களின் அன்பைப் பெற்றுச் சிறப்பது அரிது என்றுதான் வள்ளுவர் பெருமானும் கூறுகிறார். அவருடைய பண்பாடுகளுக்கு ஓரளவேனும் ஒத்திருக்க வேண்டுமல்லவா?

அரியவற்றுள் எல்லாம் அரிதே பெரியாரைப்
பேணித் தமராக் கொளல் 443

பெரியோரைப் போற்றி அவர்களை நம்மவர்களாகக் கொள்வது என்பது அவ்வளவு எளிய காரியமல்ல; சற்றுச் சிரம மான காரியமாகும். அறிவினால் அவர்களை நம்மவர்களாக ஆக்கிக் கொள்வது என்பது உண்மையில் பெரிய பேறாகும்.

நல்ல பெரியவர்களின் துணையால் நாமும் அற வழி நடந்து சிறக்கப் பெற்றால் இதை விடவும் பெருமையாகக் கொள்ளப்படுவது வேறு இல்லை. எனவே அவர்களை நமது உயர் பெரும் பண்புகளால் நமது அறிவுத் திறத்தால் நம்மவர்களாக - நம்மீது அன்பு செலுத்துபவர்களாக முதலில் ஆக்கிக் கொள்ள வேண்டும் என்பது முக்கியமாகும்.

உயர்ந்த பேரறிவு, சிறந்த ஆற்றல், நல்ல பழக்க வழககங்கள், அனைவராலும் போற்றப்படும் மிகச்சிறந்த பண்பு இவைகளையெல்லாம் கொண்டு ஒழுகும் ஒருவரை நம்மவர்களாக ஆக்குவது என்பது கொஞ்சம் சிரமமான காரியம்தான். நம்முடைய நலன் கருதி நாம் இடைவிடாமல் முயன்று வெற்றி பெற வேண்டும் என்பது முக்கியமாகும்.

தம்மிற் பெரியார் தமரா ஒழுகுதல்
வன்மையுள் எல்லாம் தலை 444

என்று வள்ளுவர் பெருமான் இதனால்தான் கூறுகிறார். உயர்ந்து விளங்கும் ஒருவருடைய நட்பைப் பெறுவது என்பது அவ்வளவு எளிய காரியமல்ல; மிகவும் சிரமப்பட வேண்டும் என்பது உண்மையாகும்.

இவ்விதமாகச் சிறந்தும் உயர்ந்தும் விளக்கும் பண்பாளர்களில் அன்பைப் பெற்று விட்டால் அவர்கள் நம்மை இடித்துரைக்கும் காலத்தில் கண்டிப்பாக இடித்துரைத்து நம்மை நிச்சயமாக நல்வழிப்படுத்துவார்கள். நாம் அறிந்தோ

அறியாமலோ செய்யும் தீய செயல்களை, அதாவது சமூகத்தால் ஒதுக்கப்படும் இழிசெயல்களைப் பார்த்துக்கொண்டு சும்மா இருக்க மாட்டார்கள். நம்மைத் திருத்துவதற்காக நிச்சயமாக இடித்துரைப்பார்கள். 'தவறு' என்று கண்டுவிட்டால் நிச்சயமாக நம்மைத் திருத்தும் வழியில் முயல்வார்கள். எப்படியும் நாம் செய்த தவறுகளைத் திருத்தி நம்மையும் நல்ல பண்புடையவர் களாக ஆக்கி விடுவார்கள்.

இவ்விதமெல்லாம் இடித்துரைப்பவர்களின் அறிவுரை களை - அதாவது அனுபவம் மிகுந்த பெரியோர்களின் அறிவுரைகளை ஏற்று அவற்றின் வழி நடப்பவர்களுக்கு எந்தத் துன்பமும் ஏற்படாது; அதாவது இவ்விதம் நடப்பவர்களை யாராலும் அழிக்க முடியாது.

இடிக்கும் துணையாரை ஆள்வாரை யாரே
கெடுக்கும் தகைமை யவர் 447

பிறருடைய பழிச் சொல்லுக்கு ஆட்பட்டு விடக்கூடாது என்ற உயர்ந்த எண்ணத்தில் இடித்துரைக்க வேண்டிய சந்தர்ப்பங்களில் இடித்துரைத்துத் திருத்தி விட்டால் இவர்களுக்கு யாராலும் எந்த நிலையிலும் துன்பம் வருவதில்லை.

இவ்விதமெல்லாம் நல்ல அறிவுரைகளைக் கூறிவரும் ஒருவர் சற்று கடுமையாக - நம்மைத் திருத்த வேண்டும் என்ற உயர் எண்ணத்தில் கண்டிக்கும் போது அவ்விதம் கண்டிப்பவனைக் கேட்க முடியாமல், இவர் என்ன இவ்விதம் கண்டிக்கிறாரே, இவருடைய நட்பு நமக்கு வேண்டாம் என்று எண்ணியவர்களாய் ஒருவேளை அவர்களுடைய அன்பை உதாசீனப்படுத்தினால், நட்பை முறித்துக் கொண்டால் இதைப்போல முட்டாள்தனம் வேறு எதுவுமே இல்லை. பகைவர்களால் வரும் துன்பம் நிச்சயமாய் பெருகும். நம்மை பலவாறு அழிக்க எண்ணுபவர்களின் செயல்களைப் போல,

அவற்றால் விளையும் துன்பங்களைப் போலவும் பத்து மடங்கு துன்பம் இந்த அறிவு சான்ற பெரியோர்களின் நட்பை இழப்பதால் உண்டாகும்.

> பல்லார் பகைகொளாயிர் பத்தடுத்த தீமைத்தே
> நல்லார் தொடர்கை விடல்   450

என்று கூறி இந்த அதிகாரத்தை முடிக்கிறார்.

❅

5. சிற்றினம் சேராமை

வாழ்க்கையை நல்ல நெறிமுறைகளுடன் அமைத்துச் சிறப்புடன் செயல்படுவதற்கு நல்ல அனுபவம் மிக்க பெரியார்களின் துணை வேண்டும். அவர்களின் அன்பான ஆதரவு வேண்டும் என்று விளக்கமாகக் கூறிவந்த வள்ளுவர் பெருமான் அடுத்து எந்தக் காரணம் கொண்டும் தம்மை விடவும் அறிவால் மட்டுமன்றி எண்ணங்களாலும் தாழ்ந்தாரிடத்தில் சேராமலிருப்பது நலம் பயக்கும் என்று கூறுகிறார்.

நல்ல சூழ்நிலையில் வாழ்ந்து உயர்ந்தோர்களுடன் பழக்க வழக்கங்களை மேற்கொள்ளுபவர்கள் என்றுமே உயர்ந்த நிலையில்தான் இருப்பார்கள். வறுமையால் வாடிய போதும் அவர்களுடைய பண்பாடு நிச்சயமாகச் சிறந்துதான் விளங்கும்.

ஒருவர் தன் வாழ்வில் உயர்ந்து விளங்குவதும், இருக்கும் நிலையிலிருந்து தாழ்ந்து போவதும் அவர் பழகும் நண்பர்களைப் பொறுத்தேயாகும். நல்ல நட்பை நாளும் வளர்த்துக் கொள்பவர்கள் நிச்சயமாக நன்மைகளையே அடைவார்கள்.

சிற்றினத்தார், அதாவது பண்பாலும் பழக்க வழக்கங்களாலும் இழிகுணம் படைத்தவர்கள் என்னதான் செல்வம் படைத்திருந்தாலும் அவர்களுடைய அற்பப்புத்தி அவர்களை விட்டுச் செல்லாது.

இதை உணர்ந்த நல்ல பண்புடையாளர்கள் நிச்சயமாக இத்தகையோருடன் நிச்சயமாக சேர மாட்டார்கள் என்பது உறுதி.

சிற்றினத்துடன் சேருவதற்கு, அவர்களுடன் பழகுவதற்கு நல்ல உயர்ந்த பண்பாளர்கள் அஞ்சவே செய்வார்கள். எங்கே, அவர்களுடைய அற்பப் புத்தி தமக்கும் வந்து விடுமோ என்ற அச்சம்தான் காரணமாகும்.

சிற்றினம் அஞ்சும் பெருமை சிறுமைதான்
சுற்றமாச் சூழ்ந்து விடும்
451

உயர்ந்த பண்பாளர்கள் எந்த நிலையிலும் தம்மைவிடவும் இழிந்த நிலையிலுள்ளவர்களுடன் பழகுவதற்கு அஞ்சவே வேண்டும்; அவர்கள் இருக்கும் இடத்திற்கே செல்லக்கூடாது என்பதை உணர்த்தவே இவ்விதம் கூறுகிறார்.

சிற்றினத்தோர் எதையுமே பொருட்படுத்தாமல் அவர்களை விடவும் தாழ்ந்தவர்களிடமும் பழகி அதனால் பெருந்துன்பங்களையே அடைவார்கள். அவர்கள் இதுபோன்ற துன்பங்களைப் பற்றிப் பொருட்படுத்த மாட்டார்கள். அவர்களுடைய பழகக வழக்கம் அப்படி. எனவே, எப்படியோ வாழ வேண்டும் என்று எண்ணி வாழ்பவர்கள் எப்படியோ நிலைகுலைந்துதான் போவார்கள். இவ்விதம் வாழ்வது அவர்களின் பண்பாடாகும்.

நல்ல இனத்தாருடன் சேர்ந்து, அவர்களுடன் பழகி வந்தால்தான் நல்ல அறிவு பெற்றுச் சிறக்கலாம். இதனால் விளையும் நன்மைகள் ஏராளம். உடனடியாக நன்மைகள் கிடைக்கா விட்டாலும் போகப்போக நன்மைகள் கிடைத்து வாழ்க்கையை இனியதாக்க முடியும்.

மழை பெய்து நிலத்தில் நீர் ஓடும்போது, நிலத்தின் தன்மையைப் பொறுத்து அந்த நீரின் நிறம் மட்டுமன்றித் தன்மையும் மாறிடக் காணலாம். இதை நாம் கண்கூடாகக் காணலாம். இதைப்போலத்தான் நல்ல குணங்களும், தீய குணங்களும் ஒருவரிடம் வந்து சேருவதுமாகும்.

இதை நாம் உணர்ந்து கொண்டால் போதும், வேறு எந்த உதாரணமும் தேவையில்லை.

'மாந்தர்க்கு இனத்து இயல்பதாகும் அறிவு' என்று கூறவந்த வள்ளுவர் பெருமான் இதை உணர்த்திட 'நிலத்தியல்பால் நீர் திரிந்து அற்றாகும்' என்றார்.

அதாவது நிலத்தின் தன்மைக்கு ஏற்ப நீரானது திரிந்து. அந்தக் குணங்களையே கொண்டு விடும். செம்மண் நிறைந்த நிலப்பரப்பில் தண்ணீர் ஓடும்போது சிவந்த நிறத்தையடை வதைக் கண்கூடாகக் காணலாம். இதைப்போல அதே மழை நீர் மணல் உள்ள இடத்தில் ஓடினால் தெளிவாகத்தான் இருக்கும்.

ஒருவர் தம் வாழ்வில் வளர்ச்சி பெறுவதும், வளர்ச்சி எதுவுமின்றிக் குன்றி இருப்பதற்கும் காரணம் வேறு எதுவுமே அல்ல; அவருடைய மனமேயாகும்.

மனதில் தெளிவு பெற்றவனாக, புத்துணர்வு கொண்ட வனாகச் செயல்படும் ஒருவன், நிச்சயமாகச் சிறந்து விளங்குவான்; செல்வத்திலும் மேன்மையடைவான். அவன் ஊக்கமுடன் உழைத்து வாழ்வில் உயர்வதற்குக் காரணமே அவனுடைய மனம்தான்.

இவ்விதம் ஒருவனுடைய மனம்தான் அவனுடைய உயர்வுக்கும் தாழ்வுக்கும் காரணமாக இருப்பதைப்போல அவன் சேர்ந்து பழகும் இனத்தைப் பொறுத்துதான் அவனுடைய அறிவும் இருக்கும்.

நல்லினச் சேர்க்கையாய் ஒருவனுடைய அறிவு சிறந்துதான் விளங்கும். தம்முடன் பழகுபவர்கள் எவ்விதம் பேசு கிறார்கள். அவர்கள் பண்பாடு எத்தகையது போன்றவை களைப் பொறுத்தே அவனுடைய அறிவும் இருக்கும் என்பதில் ஐயமே இல்லை.

வீடு ஒன்று வாடகைக்குப் பார்த்து மனைவி மக்களைக் கூட்டிச் செல்வதற்கு முன்னர் குடும்பத்தலைவன் பலமுறை அந்த சூழலைப் பற்றித்தான் ஆலோசிப்பான். நல்ல சூழல் அமையா விட்டால் பிள்ளைகளின் அறிவும் வளராது. பழக்க வழக்கங்களும் நன்றாக இருக்க மாட்டா. எனவே, நல்ல ஏற்றமிகு சூழ்நிலை அமைய வேண்டும் என்பது முக்கியமாகும்.

மனத்தானாம் மாந்தர்க்கு உணர்ச்சி இனத்தனாம்
இன்னா எனப்படுஞ் சொல். 453

ஒருவன் எந்த இடத்தில் குடியிருக்கிறான் என்பதை வைத்தே அவரைப்பற்றி, அதாவது அவனுடைய இயல்பு களைப் பற்றி அறிந்து கொள்ளலாம். இந்த இடத்திலுள்ளவனா, அவன் இப்படித்தான் இருப்பான் என்று கூறுகிறோம் அல்லவா, அது இதனால்தான்.

நல்ல உயர்ந்த பண்பாடுடன் விளங்க வேண்டும் என்று விரும்புபவர்கள் என்ன கஷ்டப்பட்டாலும் நல்ல சூழ்நிலையைத்தான் நாடிப் போவார்கள் என்பது உறுதி. தாம் மட்டுமன்றித் தம் பிள்ளைகளும் நல்ல சூழ்நிலையில் வளர்ந்தால்தான் நல்ல மன அமைதியைப் பெற முடியும் என்பதை உணர்ந்து நல்ல இடத்தை நாடிச் செல்லுகிறார்கள்.

நல்ல இடத்தை நாடிச் செல்லாமல், குறைந்த வாடகைக்கு வீடு கிடைத்து விட்டது என்று எண்ணியவர்களாய் எங்கே யாவது சென்று வாழ்ந்து வருபவர்கள் பலவாறு துன்பம் அடையத்தான் செய்வார்கள். மன அமைதியின்றிப் பெருந்துன்பம் உறுவார்கள் என்பதில் ஐயமில்லை.

இவைகளையெல்லாம் நாம் காணத்தான் செய்கிறோம். வாழ்க்கையில் ஒருவன் துன்பம் அடைவதற்கும், நிம்மதியின்றி அவன் மனம் குலைந்த நிலையை அடைவதற்கும் அவன் குடியிருக்கும் சூழலே காரணமாகும். காரணம் அங்குள்ள மக்களின் பண்பாட்டைப் பொறுத்துத்தான் அவன் மட்டுமன்றி

அவனுடைய குழந்தைகுட்டிகளும் பழக்க வழக்கங்களில் ஈடுபடுவர்.

ஒருவன் வாழ்வில் தன்னம்பிக்கை கொண்டு சிறந்து விளங்குவதற்கு அவனுடைய உள்ளமே, அதாவது மனமே காரணமாகும்.

இதை மனதில் கொண்டுதான், வள்ளுவர் பெருமான் இவ்விதம் கூறுகிறார் 'ஊக்கம் உடைமை' என்னும் அதிகாரத்தில்,

உள்ளம் உடைமை உடைமை பொருளுடைமை
நில்லாது நீங்கி விடும்   592

ஒருவனுடைய பொருள் நிலைத்து நிற்பதன்று; அது போகவும் செய்யலாம். அவ்விதம் அவனைவிட்டுப் பொருள் சென்று விட்டாலும்கூட அவன் தன்னுடைய ஊக்கத்தால் நிச்சயமாகச் சிறந்து விளங்குவான். ஊக்கமுடையவன் என்றுமே தன் வாழ்வில் பின்தங்குவதில்லை. இதைத்தான் 'உள்ளம் உடைமை உடைமை' என்று கூறுகிறார். ஆக, ஒருவனிடம் உள்ள உடைமை எனப்படுவது அவனிடமுள்ள உள்ளம் உடைமை, அதாவது ஊக்கம் உடைமையே ஆகும்.

இதே கருத்தைத்தான், 'மனத்தானாம் மாந்தர்க்கு உணர்ச்சி' என்று 'சிற்றினம் சேராமை' என்ற அதிகாரத்திலும் கூறுகிறார். மனதில் ஊக்கம் இருந்தால் வாழ்வு நிச்சயமாகச் சிறக்கும் என்கிறார். ஒருவனுடைய வாழ்வும் தாழ்வும் அவனுடைய மனதைப் பொறுத்தேயுள்ளது.

இதைப்போல, ஒருவன் இத்தகையவன் (அதாவது 'இன்னான்') எனப்படுவது அவன் சேர்ந்து வாழும் இனத்தைப் போன்று உள்ளது. அதாவது 'நிலத்தியல்பால் நீர் திரிந்து அற்றாகும்' என்ற நிலைதான். நிலத்தின் இயல்பைப் பொறுத்து நீரானது திரிந்து அந்த நிலத்தின் தன்மையைக் கொண்டதாகி விடும் என்பதைப்போலத்தான் இனத்தானாம் இன்னார்

எனப்படும் சொல்' ஆகும். ஆக, எக்காரணம் கொண்டும் சிற்றினத்துடன் சேராத ஒருநிலையை உருவாக்கிக் கொள்ள வேண்டும் என்பது முக்கியமாகும்.

ஒரவன் பெறும் அறிவு மட்டுமன்றி, அவனுடைய வாழ்வு, தாழ்வு இவை எல்லாமே அவன் சார்ந்துள்ள இனத்தைப் பொறுத்துத்தான் இருக்கும் என்று உறுதியாகக் கூறலாம்.

என்னதான் ஒருவன் மனதைச் செம்மையாக வைத் திருந்தாலும் கூட அவனுடைய சுற்றுச்சூழல் சிறப்பாக இல்லாவிட்டால் அவன் பெற்ற அறிவும் பரிணமிக்காது. இதனால் அவன் வாழும் சூழ்நிலை மிகவும் முக்கியமாகும்.

நல்ல மன நிறைவான சூழல் அவனுக்கு மேலும் மேலும் நிம்மதியைக் கொடுக்கும். இந்த மன நிம்மதியை அடிப் படையாகக் கொண்டே அவன் பெற்ற அறிவும் சிறந்து விளங்கும்.

ஒருவனுடைய மனம் தெளிவு பெற வேண்டுமானால் அதற்கு மிகவும் இன்றியமையாதது அவன் வாழும் சூழ்நிலையே ஆகும். சூழ்நிலை - சுற்றுப்புறம் அவனுக்கு மன நிறைவைத் தராவிட்டால் அவன் எவ்வளவு பணம் படைத்தவனாக இருந்தாலும் நிம்மதியாக வாழ முடியாது.

வெளியே சென்று உழைத்து மாலையில் வீடு திரும்பும் தலைவனுக்கு அவன் வந்ததும் வராததுமாக இல்லத் தலைவி சுற்றுப்புறம் சரியில்லாத காரணத்தால் ஏற்படும் தொல்லைகளைப் பற்றி வரிசையாகக் கூறுவானேயானால் அவன் எவ்விதம் நிம்மதியுடன் வாழ முடியும்?

ஒருவன் தங்குமிடம் எல்லா நிலைகளிலும் பாதுகாப்பு உள்ளதாகச் சிறந்து விளங்கிட வேண்டும். குறிப்பாக நல்ல பண்புடையவர்கள், தங்களுடைய வாழ்வு ஒன்றை மட்டும் எண்ணி நிம்மதியடைய மாட்டார்கள். அண்டை, அயலாரும் நன்றாக மனம் விட்டும் பேசி நல்ல பண்பாளர்களாக விளங்கிட

வேண்டும். இவ்விதம் இருந்தால்தான் நல்ல பாதுகாப்பான சூழ்நிலையும் உருவாகும். ஒத்த, உயர்ந்த பண்புடையவர்களாக இருந்தால்தான் ஒருவர்க்கு ஒருவர் உதவி செய்திடவும் முடியும். இதைத்தான் 'பாதுகாப்பு' என்றும் கொள்ளலாம்.

வள்ளுவர் பெருமான், 'இன நலம் ஏமாப்பு உடைத்து' என்று கூறி இனத்தின் பெருமையை, அதாவது அண்டை அயலாரின் மனப்பூர்வமான ஒத்துழைப்பைப் பற்றிப் பெருமையுடன் குறிப்பிடுகிறார். இன நலம்தான் ஏமாப்பு உடைத்து என்று கூறி வேறு எதுவும் பாதுகாவல் அல்ல என்பதையும் தெளிவுபடுத்துகிறார். நாம் பிறருக்கு மனப்பூர்வமாக உதவுவதும், இதைப்போன்று அவர்கள் நாம் வீட்டில் இல்லாதபோது நம்முடைய குடும்பத்திற்கு உதவுவதும்தான் பாதுகாப்பாகும் என்று கொள்ளலாம். நமக்கு நாமே எப்போதும் பாதுகாப்பாக இருக்க முடியாது; அது நடைமுறைக்கு ஒத்து வரவும் செய்யாது.

மனநலம் நன்குடைய ராயினும் சான்றோர்க்கு
இனநலம் ஏமாப்பு உடைத்து   458

❊

6. தெரிந்து செயல் வகை

மக்கள் ஒவ்வொருவரின் வாழ்வும் நல்ல நெறிமுறைகளுடன் விளங்குவதற்கு வள்ளுவர் பெருமான் கூறிச் செல்லும் வழிமுறைகள் ஒவ்வொன்றும் வியந்து போற்றப்படுவதாகும்.

எதையும் நன்றாகத் தெரிந்து செயல்பட வேண்டும். தெரியாமல் எதையும் செய்து, அதாவது அவசரப்பட்டுச் செய்து பெருந் துன்பங்களில் சென்று மாட்டிக்கொள்ளக் கூடாது என்பதை உணர்த்துகிறார் இந்த அதிகாரத்தில்.

நிதானமாகச் சிந்தித்துச் செயல்படுவது எந்தச் செயலுக்கும் நல்லதாகும். இதனால்தான் முன்னோர்கள் 'பதறாக காரியம் சிதறாது' என்றார்கள் என்றுகூடக் கொள்ளலாம். பதறிப்போய், அவசர அவசியமாகச் செய்யப்படும் செயல்கள் நன்மைகளைத் தரமாட்டா; அவை உண்மையில் சிதறித்தான் போகும். எந்தச் செயல் செய்வதாயினும் நம்மை விடவும் மூத்தவர்களிடம், அனுபவப்பட்டவர்களிடம் கலந்து ஆலோசித்துச் செயல்படுவது நன்மைகளையே விளைவிக்கும் என்பதில் ஐயமில்லை.

மக்கள் சிறந்த வாழ்வு பெற்று நலமெல்லாம் பெற்று வாழ்வாங்கு வாழ ஒவ்வொரு அறிவுரையாகக் கூறி வருகிறார்.

நல்ல கேள்விச் செல்வத்தைப் பெற்றுச் சிறக்க வேண்டும். அறிவுடைமையுடன் திகழ வேண்டும், குற்றம் கடிந்து நல்லவைகளையே மேற்கொள்ள வேண்டும், பெரியாரைத் துணையாகக் கொண்டு அவர்களின் அறிவுரைப்படி ஒழுக

வேண்டும். எந்த நிலையிலும் சிற்றினத்தாருடன் சேருதல் கூடாது; இவ்விதம் சேர்ந்தால் மன அமைதி அறவே அழிந்து போவதுடன் வாழ்வில் பல துன்பங்களை அடைய வேண்டிய நிலைமை ஏற்படும் என்றெல்லாம் கூறியதோடு எதையும் தெரிந்தே செயல்பட வேண்டும். இல்லையேல் துன்பங்கள் பலவற்றிற்கு ஆளாக வேண்டிய நிலைமை ஏற்படும் என்று கூறுகிறார்.

எந்தச் செயலை மேற்கொள்ளும் முன்னாலும் அந்தச் செயலால் ஏற்படும் நன்மை தீமைகளை எண்ணிப் பார்க்க வேண்டும் என்றும் கூறுகிறார்.

நாம் மேற்கொள்ளும் செயல்களால் நன்மை கிடைக்குமா, அல்லது தீமைகள்தான் விளையுமா என்று கொஞ்சம் எண்ணிப் பார்ப்பதில் என்ன உள்ளது, கொஞ்சம் நிதானமாகச் சிந்தித்துப் பார்த்துச் செயல்பட வேண்டும். இவ்விதம் செய்தால், நிச்சயமாக நன்மைகளே விளையும் என்பதில் சந்தேகமே இல்லை.

எவ்வளவோ பேர்கள், அவசரப்பட்டுச் செயல்பட்டுப் பெருந்துன்பம் அடைகிறார்கள்; பின்னர், விதியின் மீது வீண் பழி சுமத்துகிறார்கள். வள்ளுவப் பெருமான் கூறுவதுபோன்று எதையும் கொஞ்சம் நிதானமாக ஆலோசித்துச் செயல் பட்டால், அதாவது தெரிந்து செயல்பட்டால் எந்தவிதத் துன்பமும் நம்மை வந்தடையாது.

செய்யப்படும் செயல்கள் எத்தன்மையதாக இருந்தாலும் அவைகளின் வகை தெரிந்து செய்ய வேண்டும் என்று கூறுகிறார். இன்னும் சொல்லப் போனால் நல்ல அறிவு பெற்ற பெரியார்களின் துணை கொண்டு நன்றாக ஆராய்ந்து பார்த்துச் செயல்பட வேண்டும் என்பது முக்கியமாகும்.

'சிற்றினம் சேராமை'க்குப் பின்னர் இந்த அதிகாரத்தை வைத்ததை எண்ணிப் பார்க்க வேண்டும். சிற்றினத்தாருடன்

மட்டும் சேராமல் இருந்து விட்டால் நன்மைகள் விளைய மாட்டா, எந்தச் செயலையும் செய்ய ஆரம்பிப்பதற்கு முன்னர், ஒருமுறைக்குப் பலமுறை தேர்ந்து எண்ணிச் செய்ய வேண்டும் என்பதாகும்.

அதாவது நாம் செய்யும் செயல்கள் அழிவது குறைந்து இருந்து ஆவது மிகுவாக இருந்தால் நிச்சயமாகச் செய்யலாம். அழிவது கூடுதலாகத்தான் இருக்கும் என்று ஆரம்ப நிலையிலேயே மனதில் பட்டுவிட்டால் நிச்சயமாகச் செய்யவே கூடாது. ஆரம்ப நிலையில், ஆவதும் அழிவதும் சமமாக இருந்து, பின்னர் நாட்கள் போகப் போக ஆவது என்பது அதிகமாக வரும் என்றால் செய்யத் துணியலாம். என்ன பாடுபட்டாலும், ஆவது என்பது இருக்கவே இருக்காது. அழிவதே கூடுதலாக இருக்கும் என்றால் அந்த முயற்சிகளில் இறங்கவே கூடாது. இதுதான் பொதுவான விதியாகும்.

அழிவதூஉம் ஆவதூஉம் ஆகி வழிபயக்கும்
ஊதியமும் சூழ்ந்து செயல் 461

எந்தக் காரியத்தைச் செய்ய முனைந்தாலும், முன்னமே செயல் புரிந்து நல்ல அனுபவம் பெற்றவர்களுடன் நன்கு ஆலோசனை செய்து செயல் புரிவதுடன் தாமேயும் சிந்தித்துச் செயல்புரிபவர்களுக்கு அவர்களால் செய்ய முடியாத காரியம் (அரிய செயல்) யாதொன்றுமில்லை.

நல்ல அனுபவம் உள்ளவர்களின் ஆதரவும் ஆலோசனை களும் இருந்து விட்டால் எண்ணிய பொருள் கைகூடும். அதாவது எண்ணியபடி எல்லாமே நடந்தேறும். நல்ல அனுபவம் பெற்ற பெரியோர்களின் வழிமுறைகளைப் பின்பற்றினால் எல்லாமே சிறப்பாக நடைபெறும்.

பொதுவாகவே எந்தச் செயலையும் தாமாகச் செய்யாமல் நல்ல அனுபவம் உள்ளவர்களின் ஆலோசனைகளைப் பெறுவது முக்கியமாகும். இவ்விதம் எதையுமே தெரிந்தவர்களோடு

எண்ணித் (ஆலோசனை செய்து)தான் செய்ய வேண்டும். இதனால் துன்பம் வராது; பொருள் இழப்பும் ஏற்படாது என்பது உறுதி.

எந்தச் செயலை மேற்கொண்டாலும், அப்போதே வரும் இலாபத்தைக் கருதியே செய்ய வேண்டும். பின்னர், எப்போதோ வரும் இலாபத்தைக் கருத்தில் கொண்டு செயல்படுவது உசிதமல்ல என்பதையும் வள்ளுவர் பெருமான் கூறுகிறார். நல்ல அறிவுடையோர், எப்போதோ கிடைக்கும் இலாபத்தை எண்ணித் தற்சமயத்தில் பொருட்களை முடக்க மாட்டார்கள். இலாபம் குறைந்த அளவில் வருவதென்றாலும், உடன் வரும் இலாபத்தைத்தான் கருதுவார்கள். பின்னர், அதிக அளவில் இலாபம் வருவதைப் பற்றி எண்ணிப் பணத்தை வீணாக முடக்க மாட்டார்கள். அப்போதைக்கப்போது வரும் இலாபம் குறைவாக இருந்தாலும்கூட அதையேதான் எதிர்பார்ப்பார்கள்.

எந்தச் செயலைச் செய்வதாக இருந்தாலும், அதுபற்றி நன்கு தெளிவு பெற வேண்டும் என்பது முக்கியமாகும். தெளிவு பெற்றவர்களிடம் கருத்துகளைக் கேட்டு அதனால் இலாபம் எந்த அளவுக்கு வரும் என்பதைத் தெரிந்து கொண்டுதான் செயலில் இறங்க வேண்டும். நிதானமாகச் செயல்பட்டு, அதாவது நன்கு தெளிவு பெற்றவர்களாக விளங்கிட வேண்டும். அப்போதுதான் தொழில் முனைவோர் சிறந்த பலனை எதிர்பார்க்க முடியும். ஆக, எத்தொழில் புரிந்தாலும் அத்தொழில் பற்றி நல்ல முறையில் தெளிவு பெற வேண்டும் என்பது முக்கயிமாகும்.

நன்றாக ஆராய்ந்து பார்த்து தெளிவு பெறாமல் ஆரம்பிக்கப்படும் தொழில் எதிர்பார்த்த பலனைக் கொடுக்காது; அதன்மூலம் தாழ்வு நிலைமைதான் ஏறபடும். தெளிவின்மையால் தொடங்கப்படும் தொழிலென்றால் ஆரம்ப முதலே மனக்கலக்கத்தைத்தான் உண்டாக்கும்.

எனவே, எச்செயலைத் தொடங்குவதற்கும் முன்னர் அச்செயல் பற்றி நன்கு தெளிவு பெற வேண்டும், இது மிகவும் முக்கியமாகும்.

எந்தத் தொழிலை மேற்கொண்டாலும், அது சம்பந்தமாக எல்லாத் துறைகளையும் பற்றி ஆராய்ந்து பார்த்து அதன் பின்னரே தொடங்க வேண்டும். இவ்விதம் ஆராய்ந்து பாராமல் செய்தால் அது எதிரிகளின் வளர்ச்சிக்கு உறுதுணையாகி விடும். நமக்கு எதெது நலம் செய்ததோ அவையெல்லாமே எதிரிகளுக்கு உதவி நம்மை மட்டம் தட்டி விடும். ஆகையால் நாம் மேற்கொள்ளும் செயல்கள் பற்றித் தீர ஆலோசித்து, என்ன செய்தால் என்ன பலன் விளையும் என்பதைத் தெரிந்துகொண்டு அதன் பின்னர்தான் செயல்பட வேண்டும்.

பகைவர்கள் எந்த வழியிலெல்லாம் நம்மை அழிக்கலாம் என்று எண்ணியிருக்கும்போது அவர்களுக்கு வாய்ப்பளிக்கும் விதத்தில் நமது செயல்கள் எதுவும் இருத்தல் கூடாது.

வகையறச் சூழா தெழுதல் பகைவரைப்
பாத்திப் படுப்பதோர் ஆறு 465

எந்த வினையை நாம் தொடங்கினாலும், அது தொடங்கப்படுவதற்கு முன்னரே அதை வகைப்படுத்தி அதன் விளைவு இப்படித்தான் இருக்கும் என்பதை எண்ணி முடிவு செய்யாமல் ஆரம்பிப்பது என்பது பகைவருக்கு வழியமைத்தக் கொடுப்பது போன்றதாகும். (பாத்தியை அமைத்து நீர் பாய்ச்சிப் பகைவர்களை வளர்ப்பது போன்றதாகும்.)

பொதுவாகவே, தாழ்வு தரக்கூடிய செயல்களும் ஐயப்பாடுடைய செயல்களும், பயனற்ற காரியங்களும் நாம் எந்த நிலையிலும் செய்யத் தகாத காரியங்களாகும். இத்தகைய காரியங்களைச் செய்தால் நாம் கெடுவது உறுதியாகும்.

நன்மை தரக்கூடிய செயல்களையும், விளைவு இப்படித் தான் இருக்கும் என்று முடிவு செய்யப்பட்ட காரியங்களையும்,

நல்ல முறையில் பயனளிப்பதுமான காரியங்களையும்தான் ஒவ்வொருவரும் செய்ய வேண்டும். இவைகளைச் செய்யாது விடுவதாலும் துன்பம் வரும். அதாவது, தனது வளர்ச்சிக்கான காரியத்தைச் செய்யாது விடுவதும் தாழ்வையே தருவதாகும் என்றும் கொள்ளலாம்.

> செய்தக்க அல்லசெயக் கெடும் செய்தக்க
> செய்யாமை யானும் கெடும்   466

செய்யத்தகாத காரியங்களைச் செய்தவனாலும் ஒருவன் கெடுவான்; செய்ய வேண்டிய செயல்களைச் செய்யாமல் விட்டு வைத்தாலும் ஒருவன் கெடுவான்.

ஆகவே, இவைகளை எல்லாம் உணர்ந்து ஒவ்வொருவரும் செயல்பட வேண்டும் என்பது முக்கியமாகும்.

இதைப்போல, எந்தச் செயலைச் செய்யும் முன்னரும், அதனால் உண்டாகும் முயற்சியையும், விளையும் பயனையும் சீர்தூக்கிப் பார்த்து அந்தச் செயலால் நன்மை கிடைக்கும் என்று தெரிந்த பின்னரே அந்தச் செயலை ஆரம்பிக்க வேண்டும். இவ்விதம் தீர எண்ணிப் பார்த்துச் செயலை மேற்கொண்ட பின்னர் அதைப்பற்றிச் சிந்திக்க ஆரம்பிப்பது சரியான செயலல்ல.

ஒரு செயல் செய்யப்பட வேண்டும் என்று முடிவு செய்யப்பட்ட பின்னர் அதனுடைய பலனைப் பற்றி எண்ணிப் பார்த்தால் அந்தச் செயலின் வேகம் தடைப்படும்; அவ்விதம் செய்வது என்பது பிறரால் இகழப்படுவதுமாகும். ஆகையால் எதை முன்னர் எண்ணி முடிவு செய்ய வேண்டுமோ அதைத் தான் முன்னர் எண்ண வேண்டும்; பின்னால் எண்ணப்பட வேண்டியவைகளைப் பின்னர்தான் எண்ண வேண்டும்.

> எண்ணித் துணிக கருமம் துணிந்தபின்
> எண்ணுவம் என்பது இழுக்கு   467

பிறருக்கு நன்மை செய்வதிலும் மிகவும் கவனமாக இருக்க வேண்டும். அதாவது அவரவருடைய பண்புகளை உன்னிப்பாக அறிந்து அவரவர் பண்புக்கு ஏற்ற முறையில்தான் காரியங்களைச் செய்ய வேண்டும்; அதாவது நன்மை பயக்கும் காரியங்களைத்தான் செய்ய வேண்டும். இவ்விதம் செய்யாவிட்டால் நன்மை செய்வதுகூடத் தீமையாகத்தான் முடியும்.

பிறருக்கு நன்மை செய்கிறோமென்று எண்ணியவராய் பிறருடைய பண்புக்கு ஒத்து வராத செயல்களைச் செய்வது அவர்களுக்கு ஒருகால் துன்பத்தையே விளைவித்தாலும் விளைவிக்கும்.

இதை உணர்ந்துதான் வள்ளுவர் பெருமான் இவ்விதம் கூறுகிறார்.

நன்றாற்ற லுள்ளும் தவறுண்டு அவரவர்
பண்பறிந்து ஆற்றாக் கடை   469

❄

7. வலியறிதல்

இந்த உலகத்தில் வாழ்கின்ற ஒவ்வொருவரும் தன் வலிமை எவ்வளவு உள்ளது என்பதை அறிந்தேதான் செயல்பட வேண்டும். இவ்விதம் தன் வலியைச் சரிவர அறிந்து கொள்ளாமல் தனக்கு அபார ஆற்றலுள்ளது, திறமையுள்ளது என்று எண்ணி அகலக்கால் வைத்தால் பெருந்துன்பம் அடைய வேண்டிய நிலைமைதான் ஏற்படும்.

இவ்விதமாகத் தன் வலிமையை எண்ணிப் பார்ப்பவர்கள் மாற்றார் வலியையும் கொஞ்சம் எண்ணிப் பார்க்க வேண்டும். அவர்களையும் வலிமையிழந்தவர்கள் என்று எண்ணி உதாசீனப்படுத்தி விடக்கூடாது; இவ்விதம் எண்ணினால் பெருந்துன்பம்தான் வந்து சேரும்.

தெரிந்து செயல் வகையைத் தொடர்ந்து வள்ளுவர் பெருமான் இவ்விதம் வலியறிதல் என்ற அதிகாரத்தை வைத்துள்ளது சிந்திப்பதற்குரியதாகும்.

எந்தச் செயலை ஒருவன் செய்ய முயன்றாலும், தாம் செய்ய எண்ணிய செயலின் வலிமையையும், பின்னர் தன்னுடைய வலிமையையும், எதிரியின் வலிமையையும், அதன்பின்னர் தனக்கும் எதிரிக்கும் உள்ள துணைவர்களின் வலிமையையும் சீர்தூக்கிப் பார்த்துத் தம்முடைய வலிமை மிகுதியாக இருக்குமானால்தான் அந்தச் செயலைச் செய்ய வேண்டும்; இல்லையேல் செய்யாது விட்டுவிட வேண்டும்.

எந்தச் செயலைச் செய்ய முனைந்தாலும் இந்த நால்வகை வலியையும் ஆராய்ந்து பார்த்து அதன் பின்னர்தான் செய்ய வேண்டும்.

வினைவலியும் தன்வலியும் மாற்றான் வலியும்
துணைவலியும் தூக்கிச் செயல்   471

இவ்விதம் கூறிய வள்ளுவர் பெருமான், ஒவ்வொருவரும் தாம் செய்யக்கூடிய செயலை மட்டுமன்றி அதற்கான தன்னுடைய திறனையும் நன்கு ஆராய்ந்து அறிந்தவர்களாய்த் தாம் செயலில் இறங்கிச் செயல்படும் போதே, செயலின் வலிமையையும் தன் வலிமையையும் சீர்தூக்கிப் பார்த்துக் கொண்டே உரிய (நல்ல) காலம் வருவதுவரை காத்திருந்து செயல்களைச் செய்து கொண்டிருப்பவர்களுக்குச் செய்ய முடியாத காரியம் என்பது ஒன்றுமே இல்லை என்றுமேலும் உணர்த்துகிறார்.

ஒவ்வொருவரும் செயலின் தன்மையையும், தன்னுடைய தகுதியையும் ஒப்பிட்டுப் பார்த்துத் தன் தகுதிக்கு ஏற்ற அளவுக்கு உரிய காலத்தில் செயலைச் செய்ய வேண்டும்.

இவ்விதம் திட்டமிட்டுச் செய்தால் எந்தக் காரியத்தையும் வெற்றிகரமாகச் செய்து முடிக்கலாம்.

ஒல்வது அறிவது அறிந்ததன் கண்தங்கிச்
செல்வார்க்குச் செல்லாதது இல்.   472

பொதுவாக வெற்றி பெற வேண்டும் என்ற எண்ணமுடன்தான் செயல்படுவார்கள். இவ்விதம் செயல்படுபவர்கள் யாராக இருந்தாலும் முதலில் தம் வலிமையை உணர்ந்தவர்களாக இருக்க வேண்டும். எந்தச் செயலையும் ஆரம்பித்து, அதாவது செய்து முடித்து விடலாம் என்ற எண்ணத்தில் ஆரம்பித்து முடிக்க முடியாமல் இடையில் விட்டுவிடக் கூடாது. இதை விடவும் அச்செயலில் ஈடுபடாமல் இருப்பதே நலமாகும்.

சிலர், உணர்ச்சி வயப்பட்டு ஒரு செயலை ஆரம்பித்து விடுவார்கள். இவ்விதமாக ஆரம்பிக்கப்பட்ட செயல் முழுமை பெறாமல் நின்று விடுவது உண்டு.

ஆக, ஒவ்வொருவரும் தன்னுடைய ஆற்றலை எண்ணிப் பார்த்துதான் எந்தச் செயலையும் ஆரம்பிக்க வேண்டும் இவ்விதம் எண்ணிப் பாராமல் ஆரம்பிப்பது என்பது

தன்னிடம் பேராற்றலுள்ளது, அதைக்கொண்டு செய்து முடித்து விடலாம் என்று ஒருபோதும் எண்ணக் கூடாது.

இவ்விதமெல்லாம் எண்ணுபவன் எந்தச் செயலையும் முடிக்க முடியாமல் திணறித்தான் போவான்; ஆம், பெருந் துன்பத்திற்கு உள்ளாவான்.

எந்தச் செயலை ஒருவன் ஆரம்பித்தாலும், அதற்கு முன்னர், மிகவும் அமைதியான முறையில் தன்னுடைய உண்மையான ஆற்றலையும் எதிரியின் ஆற்றலையும் அவன் கண்டிப்பாகச் சீர்தூக்கிப் பார்க்க வேண்டும். தாம் எண்ணியது போலத் தம்முடைய ஆற்றல் உண்மையிலேயே மிகுதியாக இருந்தால் அந்தச் செயலை ஆரம்பித்து விடலாம். தம்மிடம் அளவுக்கு அதிக ஆற்றல் இருக்கிறது என்று தவறாக எண்ணிக்கொண்டு ஏமாந்து போய்விடக்கூடாது.

அமைந்தாங்கு ஒழுகான் அளவறியான் தன்னை வியந்தான் விரைந்து கெடும் 474

இவ்விதமெல்லாம் வலியறிதலைப் பற்றிக் கூறி வந்த வள்ளுவர் பெருமான், ஓர் உதாரணம் மூலம் வலிமையின் சிறப்பைப் பற்றி விளக்குகிறார்.

மயில் தோகையானது மிகவும் மென்மையானது. இவ்விதம் மென்மையாகத்தானே உள்ளது என்று எண்ணி அதைக்கூட அளவுக்கு அதிகமாக ஒரு வண்டியில் ஏற்றக் கூடாது. இவ்விதம் ஏற்றினால் என்னவாகும்? மயில் தோகையின் எண்ணிக்கையானது கூடக்கூட, அந்த வண்டியானது பாரத்தைத் தாங்க முடியாமல் வண்டியின் அச்சு முறிந்து விடும் நிலையை அடையும்.

மெல்லிய மயில் தோகையாக இருந்தாலும் கூடப் பல தோகைகள் ஒன்று சேர்ந்ததும் பெரும் பாரமாக மாறிவிடும்; எனவே வண்டியின் அச்சு முறியும் நிலையை அடைகிறது.

இதைப்போன்று எதிரி ஒருவன் பலமில்லாதவனாகவே இருக்கலாம். ஆனால், பல எதிரிகள் ஒன்றாகச் சேர்ந்து விட்டால் பலம் கூடிவிடும்.

ஆகவே, எந்தக் காரணம் கொண்டும் பலரைப் பகை செய்துகொண்டு வாழவே முயலக்கூடாது. எதிரியின் பலத்தை நன்றாக ஆராய்ந்து தெரிந்து கொள்ளவேண்டியது முக்கியமாகும்.

பீலிபெய் சாகாடும் அச்சிறும் அப்பண்டம்
சால மிகுத்துப் பெயின் 475

இவ்விதம் வலியறிதலைப் பற்றிக் கூறி வந்த வள்ளுவர் பெருமான், ஒருவர் எவ்வளவு எல்லை வரையில் போகலாமோ, அவ்வளவு எல்லை வரைதான் செல்ல முடியும், செல்லவும் வேண்டும் என்பதை அறிவுறுத்துகிறார்.

குறிப்பிட்ட எல்லைக்கு மேல் தாண்டிச் சென்றால் உயிருக்கு ஆபத்து ஏற்படும் என்பதை மிகவும் பக்குவமாக உதாரணத்தின் மூலம் விளக்கிச் சொல்கிறார்.

எந்தக் காரியமாக இருந்தாலும் தன்னுடைய சக்திக்கு மேல் செல்லும் எண்ணம் கூடவே கூடாது. ஒருவேளை ஊக்கமிருககலாம், இந்த ஊக்கத்தின் அடிப்படையில் செல்வதாக இருந்தாலும் ஓர் எல்லைக்கு மேல் செல்லக்கூடாது.

மரத்தின் மீது ஏறியவன் தன்னிடம் ஆற்றல் உள்ளதையும், அந்த மரம் தாங்கும் சக்தியைப் பெற்றுள்ளதையும் அறிந்து நுனிக்கொம்பு வரை சென்று விடுவான். அதற்கும் அப்பால் செல்வானென்றால் அவனுடைய கதி என்னவாகும்?

நுனிக்கொம்பர் ஏறினார் அஃதிறந்து ஊக்கின்
உயிர்க்கு இறுதியாகி விடும் 476

ஒரு மரத்தில், தன்னைத் தாங்கக்கூடிய நுனிக்கொம்பு வரையில் செல்லும் ஒருவன், அதற்கு மேலும் செல்ல

முயலுவானானால் அது அவனுடைய உயிருக்கு இறுதியாகி விடும் என்று எச்சரிக்கிறார்.

'வலியறிதல்' என்ற இந்த அதிகாரத்தில், பொருள் வழங்கும்போது தன்னுடைய சக்திக்கு உட்பட்டு வழங்க வேண்டும் என்று கூறுகிறார். அதே நேரத்தில் ஏற்போனின் தகுதிக்குத் தக்கவாறு ஈய வேண்டும் என்பது முக்கியமாகும்.

தன்னுடைய சக்திக்கு ஏற்பக் கொடுக்க வேண்டும் என்பது பொருந்துவதாகும். ஏற்போனின் தகுதியறிந்து கொடுப்பதுதான் சிறப்பானதாகும்.

பொருளை ஒருவருக்குக் கொடுப்பதால் அதனால் ஏற்படும் புகழை மனதிற்கொண்டு பொருளை வாரிக்கொடுத்து அந்தப் பொருளை மதிப்பில்லாமல் ஆக்கிவிடக் கூடாது என்பது முக்கியமாகும்.

ஆற்றின் அளவறிந்து ஈக அதுபொருள்
போற்றி வழங்கும் நெறி 477

ஒவ்வொருவரும் தம்முடைய வருவாய்க்குத் தக்க வண்ணம்தான் செலவு செய்து அமைதியான முறையில் வாழவேண்டும். வருவாயை விடவும் செலவு குறைவாகவே என்றும் இருக்க வேண்டும். இவ்விதம் இருந்தால்தான் அவர்கள் வாழ்க்கை மிகவும் சிறப்புடையதாக இருக்கும். வருவாயை விடவும் செலவு அதிகமாகி அதனால் துன்பம் அடையவே கூடாது.

வரவும் செலவும் ஏறக்குறைய ஒரேயளவு இருந்தாலும் கேடில்லை என்று பொதுவாகக் கூறினாலும் கூட, செலவு எப்போதுமே குறைவாகத்தான் இருக்க வேண்டும்.

ஆகாறு அளவிட்டிது ஆயினும் கேடில்லை
போகாறு அகலாக் கடை 478

என்று இதனால்தான் வள்ளுவர் பெருமான் அறிவுறுத்துகிறார்.

இவ்விதமாக நல்ல மதிநுட்பமுடன் செலவினத்தைக் குறைத்து வாழவேண்டும் என்பது முக்கியமாகும்.

பொருளைப் பிறருக்குக் கொடுக்கும்போது ஒரு வரையறையைக் கண்டிப்பாக வைத்துக்கொள்ள வேண்டும். அதாவது ஓர் அளவுதன்தான கொடுக்க வேண்டும். இவ்விதம் வரையறையின்றி வாரி வாரிக் கொடுத்துக் கொண்டிருந்தால் பொருள் இருப்பது போலத் தோற்றம் அளித்தாலும் ஒன்றுமே இல்லாத நிலையையே அடைந்து விடும்.

அளவறிந்து வாழாதான் வாழ்க்கை உளபோல
இல்லாகித் தோன்றாக் கெடும் 479

ஒவ்வொருவரும் தம்முடைய பொருள் அளவும் வலியளவும் நிலையளவும் துணையளவும் அறிந்துதான் வாழ்க்கையை நடத்த வேண்டும். இவ்விதமாக வாழாதவனுடைய வாழ்க்கை பிறர் முன்னால் சிறப்பாகக் காணப்படினும், நாளடைவில் குறைந்து குறைந்து கடைசியில் ஒன்றுமே இல்லாததாகி விடும்.

எந்த நிலையிலும் ஆடம்பர வாழ்க்கை வாழ முயலக் கூடாது.

❋

8. காலமறிதல்

வாழ்க்கை நெறிமுறைகளைக் கூறவந்த வள்ளுவர் பெருமான், வலியறிதலைத் தொடர்ந்து காலமறிதல் என்ற அதிகாரத்தை வைத்துள்ளார்.

பொதுவாக ஒருவருக்குப் போதிய வலிமை இருந்த போதிலும் காலமறிந்தே எந்தச் செயலையும் செய்ய முனைய வேண்டும். காலமறிதல் என்று கூறப்படுவது செயல் செய்வதற்குரிய உரிய காலமாகும். தம் வலிமையை நன்குஉணர்ந்து செயல்படுவது போல ஏற்ற காலத்தையும் உணர்ந்து செயல்படுவது முக்கியமாகும். இவ்விதம் செயல்பட்டால்தான் வெற்றி பெறமுடியும்.

இந்தக் காலமறிதல் என்ற அதிகாரத்தில் முதல் குறுட்பாவிலேயே வலிமை மிகவுள்ள கோட்டானைக் காக்கையானது காலம் பார்த்து வெற்றி பெற்று விடுவதைக் குறிப்பிடுகின்றார்.

காக்கையின் நோக்கம் எப்படியும் கோட்டானை வென்றுவிட வேண்டும் என்பதேயாகும். இதற்காகக் காக மானது காலம் பார்த்து இருக்கும். அதாவது கோட்டானுக்குப் பகல் வேளையில் கண் தெரியாது. ஆகவே, பகல் நேரத்தில் இதைக் கொன்றுவிடும். பகல் நேரத்தில்தான் கோட்டானை வெற்றி கொள்ள முடியும் என்று காத்திருந்து கொன்று விடுவது போலப் பகைவர்களை வெல்லும் எண்ணம் கொண்டவர்கள் ஏற்றக் காலத்தை எதிர்பார்த்துக் காத்திருக்கத்தான் வேண்டும்; இல்லையேல் வெற்றி பெற முடியாது.

பகல்வெல்லும் கூகையைக் காக்கை இகல்வெல்லும்
வேந்தர்க்கு வேண்டும் பொழுது   481

கோட்டானுக்குப் பகலில் கண் தெரியாது; அதனால் தான் காகமானது பகல் வேளையில் கோட்டானைக் கொன்று விடுகிறது. இரவு வேளையில் காகத்திற்குக் கண் தெரியாது; ஆகவே காக்கையை இரவு வேளையில் கோட்டான் இலகுவில் கொன்றுவிடும்.

இரண்டு பறவைகளும் ஏறக்குறைய ஒரே இனத்தைச் சார்ந்தவைதான். இருந்தாலும் ஒன்றையொன்று பகைமை யுணர்வு பெற்று கூகையைக் காக்காய் பகலில் வெல்லவும், இரவு வேளையில் காகத்தைக் கூகை கொல்லவுமாக நடந்து வருகிறது. ஆக, இந்த இரண்டு பறவைகளும் காலம் பார்த்துப் போரிட்டு வெற்றி பெறுகின்றன.

காலம் பார்த்து வெற்றி பெறும் காக்கையைப் போலப் பகையை அழிக்கவும் காலம் பார்த்தே செயல்பட வேண்டும்.

ஒவ்வொருவரும் தங்கள் தங்கள் வாழ்க்கையைப் பருவ காலத்திற்குத் தக்கவாறு அமைத்துக்கொண்டு ஒழுகி வரவேண்டும் என்பது முக்கியமாகும்.

எந்த எந்த காலத்தில் எதை எதைச் செய்ய வேண்டுமோ அந்தக் காலங்களில் தவறாமல் அதை அதைச் செய்ய வேண்டும் என்பது முக்கியமாகும். சுருக்கமாகச் சொன்னால் பருவத்துக்குத் தக்கவாறு அமைத்துக்கொள்ள வேண்டும்.

அதாவது இளமையில் அறிவைப் பெற்றுச் சிறக்க வேண்டும். நல்ல சிறப்பான கல்வியறிவைப் பெறுவதற்கு ஏற்ற காலம் இளமையேயாகும்.

பின்னர் பொருளை ஈட்ட வேண்டும். கல்வியை முடித்துக்கொண்ட பின்னர் பொருளை ஈட்டும் முயற்சியில் ஈடுபட வேண்டும்.

அதன்பின்னர் இல்லற வாழ்க்கையில் ஈடுபட வேண்டும். அதன்பின்னர் ஆன்மிக வாழ்க்கையில் மனதைச் செலுத்தி அமைதியுடன் வாழ்ந்து வரவேண்டும்.

பருவத்தோடு ஒட்ட ஒழுகல் திருவினைத்
தீராமை ஆர்க்கும் கயிறு 482

பருவ காலத்திற்குத் தக்கவாறு ஒவ்வொருவரும் வாழ்க்கையை அமைத்துக்கொண்டு சிறப்பான முறையில் ஒழுகுதல் என்பது வாழ்க்கை இலட்சியம் என்றும், திருவினைத் தம்மை விட்டு விலகாமல் கட்டிப் பிடித்துக்கொள்ளும் கயிறாகும் என்றும் கூறுகிறார்.

ஒவ்வொரு பருவத்திலும் செய்ய வேண்டிய நெறிமுறை களைப் பின்பற்றி நடப்பது என்பதுதான் வாழ்க்கையில் இலட்சியமாக இருக்க வேண்டும்.

இவ்விதமாக உயர்ந்த இலட்சியங்களைக்கொண்டு விளங்கி வரவும், உரிய காலத்தில் தகுந்த இடத்தில் செயல்புரிந்து வந்தால் இந்த உலகத்தையே அடைய வேண்டுமென்று எண்ணினாலும் நிச்சயமாகக் கைகூடும்.

காலம், இடம், உரிய கருவி இவைகளைக் கொண்டு செயலாற்றி வந்தால் எதையும் பெற்றுச் சிறப்படையலாம் என்பதில் சந்தேகமேயில்லை.

ஞாலம் கருதினும் கைகூடும் காலம்
கருதி இடத்தாற் செயின் 484

எதையும் உறுதியான மனத்துடன், செயல்பட்டு வந்தால் இந்த உலகத்தில் அடைய முடியாதது எதுவுமே இல்லை.

உறுதியான மனம் என்று இங்கு கூறப்படுவது திட்ட மிட்டுச் செயல்புரிவதாகும். ஊக்கம் குறையாமல் செயல்பட்டு வருபவர்களுக்கு எதுவுமே பெரிய காரியம் அல்ல. அவர்கள் நிச்சயமாக நினைத்ததைச் சாதித்து நிற்பார்கள் என்பதில்

சந்தேகமே இல்லை. நல்ல மன எழுச்சியுடையவன் பகைவர்களை அழிக்க முனையாமல் அடங்கியிருப்பது என்பது அவன் இயலாதவர் களாகி விட்டான் என்று பொருள் கொள்ளக்கூடாது; சண்டைக் கடாவானது வேகமாகத் தாக்குவதற்கு முன்னால், பின்வாங்கிச் சென்று பின்னர் வேகமாக வந்து மோதுவதைப் பார்த்திருக் கலாம். அதைப் போலத்தான் ஊக்கமுடையவர்களும் ஊக்கமுடன் வந்து பகையை மோதி அழிப்பார்கள்.

ஊக்க முடையான் ஒடுக்கம் பொருதகர்
தாக்கற்குப் பேரும் தகைத்து 486

காத்திருக்கும் நோக்கம் வகைவரை அழிப்பதற்கேயாகும் என்று கொள்ள வேண்டும். எதிரியை எப்படியும் முறியடிக்க வேண்டும் என்ற எண்ணமுடன் செயல்படுவார்கள். இவ்விதம் காத்திருந்துதான் செயல்படுவார்கள். காலம் வரும்வரைக் காத்திருக்கத்தான் வேண்டும்; வெற்றி நிச்சயமாகக் கிடைக்கும் என்ற நம்பிக்கையுடன் காத்திருக்கத்தான் வேண்டும். மனதை ஒருநிலைப்படுத்தி வெற்றி பெற வேண்டும் என்ற உறுதியுடன் செயல்பட வேண்டும்.

இவ்விதம் கூறிய வள்ளுவர் பெருமான், அடுத்த குறட்பாவில் கொஞ்சம் வித்தியாசமாகப் பகைவரை எதிர்க்க வேண்டிய முறை பற்றி கூறுகிறார்.

எதிரி தெரிந்து கொள்ளும் வண்ணம் வெளிப்படையாகத் தம்முடைய சினத்தைக் காட்டக்கூடாது என்று கூறுகிறார். தம்முடைய சினத்தை முகத்தில் காட்டுவதன் மூலம் தம்முடைய பகைமையுணர்வை வெளிக் காட்டுவதாகும். எனவே, பகையுணர்ச்சியை மனத்திலேயே வைத்திருக்க வேண்டும்; வெளியே காட்டிவிடக் கூடாது. காலம் வருவது வரை அடக்கி வைத்துக்கொண்டு பின்னர் தான் திடீரென்று காட்ட வேண்டும் என்று கூறுகிறார்.

பொள்ளென ஆங்கே புறம்வேரார் காலம்பார்த்து
உள்வேர்ப்பர் ஒள்ளி யவர்   487

சிறந்த அறிவுடையோர் எதிரி அறியும்வண்ணம் கோபத்தை வெளியே காட்டாமல் காலம் வருவது வரை பொறுமையுடன் காத்திருக்க வேண்டும் என்று அறிவுறுத்து கிறார். இவ்விதம் கொஞ்சம் தந்திரமாகவும் செயல்பட்டு வந்தால்தான் வெற்றி பெற முடியும் என்று கூறுகிறார்.

நல்ல அருமையான சமயம் வந்துவிட்டால் மேலும் காலம் கடத்தாமல் அப்போதே காரியத்தைச் சாதித்துவிட வேண்டும் என்று கூறுகிறார்.

நினைத்துப் பார்க்க முடியாத நல்ல அருமையான சமயம் வந்துவிட்டால் அப்போதே செயல்பட்டு வெற்றி பெற வேண்டும். என்னதான் செய்ய முடியாத செயலாக இருந்த போதிலும் அந்தச் சமயத்தைப் பயன்படுத்தி உடனடியாக அந்த அருமையான செயலைச் செய்து முடித்துவிட வேண்டும்.

எய்தற் கரியது இயைந்தக்கால் அந்நிலையே
செய்தற் கரிய செயல்   489

நல்ல அருமையான காலத்தை - வெற்றி கிடைப்பதற்கரிய காலத்தை எதிர்பார்த்திருந்த வேளையில் அந்தப் பொன்னான நேரம் வந்து சேர்ந்து விட்டால் அதை நழுவ விடாமல் நன்றாகப் பயன்படுத்திக் கொள்ள வேண்டும். அப்போதே பயன்படுத்தி வெற்றி கொள்ள வேண்டும் என்பது முக்கியமாகும்.

ஏரிக்கரையில் ஒற்றைக் காலில் நின்று தவம் செய்வது போல அமைதியாக இருக்கும் கொக்கைப் பார்த்திருப்போம். திடீரென்று நீர் மேல் மீன் தென்படவும் சரேலென்று பாய்ந்து மீனைக் கொத்திக்கொண்டு சென்றுவிடும். இவ்வளவு நேரமும் மிகவும் அமைதியாக ஒற்றைக் காலில் நின்று கொண்டிருந்த கொக்கா இவ்விதம் பாய்ந்து மீனைக் கொத்தித் தூக்கிச் சென்றது என்று எண்ணி ஆச்சரியப்படலாம்.

ஏரிக்கரையில் உரிய சந்தர்ப்பத்தை எதிர்நோக்கித்தான் அவ்விதம் காத்துக் கொண்டிருந்தது. நல்ல அருமையான சந்தர்ப்பம் வந்ததும் நீரில் பாய்ந்து மீனைக் கொத்திக்கொண்டு சென்ற கொக்கைப் போல ஒரு செயலைச் செய்து முடிக்க வேண்டும். அப்போதுதான் எண்ணிய காரியம் வெற்றிகரமாக முடியும்.

கொக்கொக்க கூம்பும் பருவத்து மற்றதன்
குத்தொக்க சீர்த்த இடத்து   490

சந்தர்ப்பத்தை எதிர்பார்த்துக் காத்திருப்பவன், மீனைப் பிடிக்க எண்ணும் கொக்கைப் போலத்தான் அமைதியாக இருக்க வேண்டும். மீன் தென்பட்டதும் ஒரே தாவாகத் தாவி மீனைக் கவ்விச் செல்வது போல செயலைச் செய்து சிறப்படைய வேண்டும்.

❄

9. இடனறிதல்

ஒரு செயலைச் செய்து முடிக்கக் காலமறிதல் எவ்வளவு முக்கியமோ அவ்வளவு முக்கியமாகும் இடனறிதலும்.

வெற்றி பெறுவதற்கு நல்ல சாதகமான இடமும் தேவைப்படுகிறது. செயலைச் சிறப்புடன் செய்து முடித்து மகத்தான வெற்றி பெறுவதற்கு வலியறிதல், காலமறிதல் போன்று இடனறிதலும் முக்கியமாகும். என்னதான் திறமை பெற்றவர்களாக இருந்தாலும் வெற்றி பெறுவதற்குத் தகுந்த இடமும் கண்டிப்பாகத் தேவையாகும்.

எதிரியைத் தாக்கி வெற்றி பெற வேண்டுமென்று முடிவு செய்யப்பட்ட பின்னர் அருமையான சூழ்நிலையுள்ள இடத்தையும் தேர்ந்தெடுக்க வேண்டும் என்பது முக்கியமாகும்.

வெற்றி பெறுவதற்கான இடத்தை முதலில் தேர்ந்தெடுக்க வேண்டும். இவ்விதமாக நல்ல இடம் கிடைத்தாலே பாதி வெற்றி கிடைத்தது போலாகும்.

தொடங்கற்க எவ்வினையும் எள்ளற்க முற்றும்
இடங்கண்ட பின்அல் லது   491

எதிரியைத் தாக்கி வெற்றி கொள்ள வேண்டும் என்று முடிவு செய்த பின்னர், தாக்குவதற்கு ஏற்ற சரியான இடத்தைத் தேர்ந்தெடுப்பது வரை எந்தச் செயலையும் தொடங்கக் கூடாது.

வெற்றிக்கான இடத்தைத் தேர்ந்தெடுப்பது மிகவும் முக்கியமாகும். அதன் பின்னர்தான் செயலை மேற்கொள்ள வேண்டும். பகைவரை வெற்றி கொள்ள வேண்டும் என்ற குறிக்கோளுடன் செயல்படுவோர் வெற்றி பெறுவதற்குரிய இடத்தைத் தேர்ந்தெடுப்பது இன்றியமையாததாகும்.

பகைவரை வெற்றி கொள்ளுவதற்குப் போதிய படைபலம் (வலிமை) இல்லாது போனாலும் கூட, நல்ல இடனறிந்து போதிய பாதுகாப்போடு போர் செய்தால் நிச்சயமாக வெற்றியே கிடைக்கும் என்பதில் ஐயமில்லை.

அதாவது, தன் இடத்தில் இருந்துகொண்டு போர் செய்தால் வெற்றி கிடைக்கும் என்ற தன்னம்பிக்கையானது வளரத்தான் செய்யும். போதிய பலம் இல்லாத நிலையிலும் தன்னுடைய இடத்தில் - அதாவது பாதுகாப்பான இடத்தி லிருந்து போரிட்டால் வெற்றி கிடைப்பது உறுதியாகும்.

ஆற்றாகும் ஆற்றி அடுப இடனறிந்து
போற்றார்கண் போற்றிச் செயின் 493

தன்னுடைய சொந்த இடம் என்றதுமே தைரியம் கண்டிப்பாக வந்துவிடுவது இயல்பாகும். இதில் சந்தேகமே யில்லை. போதிய வலிமை பெற்றவர்களாய் புத்தார்வமுடன் போரிடுவதற்குத் 'தன் இடம்' பெருந் துணை புரிவதாகும்.

இது நம் இடம், இங்கு வந்து மாற்றார் வெற்றி பெற்றுச் செல்ல முடியாது என்ற தைரியம் கண்டிப்பாக வந்துவிடும் என்பதில் ஐயமே இல்லை.

வெற்றி பெறுவதற்கு ஏற்ற நல்ல இடம் மிகவும் முக்கியமாகும். ஆகவே, நல்ல இடத்தைத் தேர்ந்தெடுத்துக் கொண்டு தகுந்த பாதுகாப்பையும் அமைத்துக்கொண்டு செயலை மேற்கொண்டால், 'வெற்றி காணலாம்' என்று எண்ணி

வந்த எதிரிகள் நிச்சயமாகத் தன் எண்ணம் ஈடேறாது தோல்வியையே அடைவார்கள்.

> எண்ணியார் எண்ணம் இழப்பர் இடனறிந்து
> துன்னியார் துன்னிச் செயின்   494

வெற்றி பெறுவதற்கு இடம் மிகவும் முக்கியமாகும். அந்த இடம் நன்கு அமைந்திருந்தால் இன்னும் சிறப்பாகும். செயலை மேற்கொள்ளும் முன்னர் உரிய இடமும் போதிய பாதுகாப்பும் மிகவும் முக்கியம் என்பதைத் தெரிந்துகொள்ள வேண்டும். இவ்விதம் அமைத்துக் கொண்டால் எந்தப் படைபலம் மிக்க எதிரியாலும் நிச்சயமாக வெற்றி பெற முடியாது.

ஆழமான நீர்நிலையில் முதலையானது பிற மிருகங்களை யெல்லாம் வென்று விடும். ஆனால் முதலையானது நீர்நிலையை விட்டு வெளிவந்தால் பிற மிருகங்கள் முதலையை எளிதில் வென்றுவிடும்.

> நெடும்புனலுள் வெல்லும் முதலை அடும்புனலின்
> நீங்கின் அதனைப் பிற   495

என்று இடத்தின் அருமை பற்றி மேலும் சிறப்பித்துக் கூறுகிறார் வள்ளுவர் பெருமான்.

ஒவ்வொருவரும் அவரவர் இடத்தில் இருந்தால் அதற்கு மதிப்பே தனிதான்; பலமும் நிச்சயமாகக் கூடத்தான் செய்யும் என்பதில் சந்தேகமேயில்லை.

படைபலம் மிக்க எதிரிகளும்கூடத் தம்முடைய இடத்தைவிட்டு இன்னொரு இடத்திற்குச் சென்று போரிட முயலும்போது, என்ன இருந்தாலும் இது அவர்களின் சொந்த இடம், இங்கு என்ன என்ன பொறிகள் வைக்கப்பட்டிருக்குமோ என்ற அச்சவுணர்வு ஏற்படத்தான் செய்யும்; இது இயல்பு மாகும்.

முதலை, தண்ணீரில் இருப்பது வரைதான் அது ஆற்றல் பெற்றதாகத் திகழும் என்பதை விளக்கவே முதலையைப் பற்றி இங்கு குறிப்பிட்டுள்ளார்.

எவ்வளவு வலிமையுள்ள மிருகங்கள் தண்ணீரில் இறங்கினாலும் முதலையிடமிருந்து தப்பித்து வர முடியாது என்பது திண்ணம். நீரில் முதலை இருப்பது வரைதான் அதற்கு ஆற்றல், அது கரைக்கு வர நேர்ந்தால் சாதாரண நரி கூட அதைக் கொன்று விடும்.

யானை எவ்வளவு பெரிய உருவம் கொண்டது, பலமும் வாய்ந்தது. இது நீரில் இறங்கினால் முதலை விட்டு வைக்குமா என்ன! முதலை எளிதில் வெற்றி கொண்டு விடும். எல்லாமே அதது இருக்கும் இடத்தைப் பொறுத்துத்தான். அதாவது நீரில் வாழ்பவை நீரில் இருப்பது வரைதான் பேராற்றல் உள்ளவையாக இருக்கும்.

தரையில் ஓடும் தேரானது மிகவும் வலிமை வாய்ந்த பெரிய சக்கரங்களை உடையதாகும். இருந்தாலும், அது கடலில் ஓடாதல்லவா? இதைப்போலக் கடலில் ஓடும் கப்பலும் தரையில் ஓடாது; காரணம் இவைகளின் அமைப்பு அப்படி.

கடலோடா கால்வல் நெடுந்தேர் கடலோடும்
நாவாயும் ஓடா நிலத்து   496

இது, அனைவரும் அறிந்த ஒன்றேயாகும். ஒவ்வொன்றிற்கும் எங்கு செயல்படும் தன்மையுண்டோ அங்குதான் செயல்படும். செயல்பட முடியாத இடத்தில், அதாவது இயற்கைக்கு அப்பாற்பட்டு எதுவுமே நடக்காது.

வெற்றி பெறுவதற்குத் தகுதியான இடம் கிடைத்து விட்டால் போதும்; இதனுடன் துணிவுடைமையும் இருந்து விட்டால் கேட்கவே வேண்டாம். வெற்றி நிச்சயமாகக் கிடைக்கும்.

பெருமளவில் வெற்றி பெற்றுச் சரித்திர புருடர்களாக நிற்பவர்கள் அனைவரும் துணிவுடைமையையே மூலதன மாகக் கொண்டாலும் தகுதியான இடமும் கண்டிப்பாக அமைய வேண்டும் என்பது முக்கியமாகும். தம் மீதுள்ள குற்றங் குறைகளைக் களைந்து வெற்றி பெறுவோம் என்ற நம்பிக்கை யுடன் செயல்படுபவர்கள் கண்டிப்பாக வெற்றியையே பெறுவார்கள் என்பது திண்ணம்.

அஞ்சாமை அல்லால் துணைவேண்டா எஞ்சாமை
எண்ணி இடத்தால் செயின்   497

ஒருவன் சிறிய படையை உடையவனாகக்கூட இருப் பான்; அவன் தன்னுடைய இடத்தில், அதாவது அவனுடைய மனம் நிறைவு பெறும்வண்ணம் வசதிகள் நிறைந்த இடத்திலிருந்து கொண்டு போரிடுவானாகில் அவன் ஊக்கம் பெற்றவனாகப் போரிட்டு நிச்சயமாக வெற்றி வாய்ப்பு களையே குவிப்பான்.

பெரும் படையுடையவனால் நிச்சயமாக அவனை எதிர்த்து நிற்க முடியாது; அவன், தன்னிடத்தில் இருந்து போர் புரியும் போதே வெற்றி கிடைக்கும் என்ற தளராத நம்பிக்கையுடன் போரிடுவான்.

இதை எண்ணித்தான் 'உறுபடையான் ஊக்கம் அழிந்து விடும்' என்று கூறுகிறார் வள்ளுவர் பெருமான். அதற்கு மக்கியமாக வேண்டியது (படை பலத்தை விடவும்) சிறு படையான் செல்லிடம் சேர வேண்டும்.

இனி, குறட்பாவைப் பார்ப்போம்.

சிறுபடையான் செல்லிடம் சேரின் உறுபடையான்
ஊக்கம் அழிந்து விடும்   498

இவ்விதமாக இடத்தின் சிறப்பைப் பற்றிக் கூறிவந்த வள்ளுவர் பெருமான் அடுத்த குறட்பாவில் ஒரு மன்னனின்

நிலையான இடத்தின் பெருமையை, அதாவது அதன் மூலம் கிடைக்கும் வெற்றியைப் பற்றி மேலும் குறிப்பிடுகிறார்.

இவ்விதமெல்லாம் கூறுவது மன்னருக்கு மட்டும் என்று எண்ணிவிடக் கூடாது. அனைத்து மக்களும் தங்கள் வாழ்வில் வெற்றி பெறுவதற்கும் இந்தக் கருத்து ஏற்றதாகும் என்பதை மனதிற் கொள்ள வேண்டும்.

சிறைநலனும் சீரும் இலரெனினும் மாந்தர்
உறைநிலத்தோடு ஒட்டல் அரிது 499

'உறைநிலம்' என்பது சிறந்த நாட்டுப்பற்று கொண்ட மக்கள் உறையும் இடம் என்று கொள்ள வேண்டும். இவ்விதமாகச் சிறந்த முறையில் நாட்டுப் பற்று உள்ளவர்கள் நிறைந்து வளமும் பெற்றுச் சிறந்தால் மக்கள் பகையரசனை வீழ்த்தத் தங்கள் உயிரைக் கொடுத்துப் போரிடுவார்கள் என்பது திண்ணம்.

போதிய பாதுகாப்பும் பேராற்றலும் இல்லாது போனாலும் நாட்டுப்பற்று மிகுந்துள்ள மக்கள் நிரம்பிய நாட்டை எதிரிகளால் வென்று வாகை சூட முடியாது.

யானையானது மிகுந்த பலம் கொண்டது. கனமான பாரத்தையும் இழுத்துவிடும் ஆற்றலும் உள்ளதுதான். வேல் தாங்கி வீர விளையாட்டுகள் பல புரியும் வீரர்களைத் தன் கூரிய கொம்புகளால் குத்திக்கொண்டு வந்துவிடும் பேராற்றலும் கொண்டதுதான் யானை.

ஆனால் தப்பித்தவறிக் கால் பதியும் சதுப்பு நிலத்தில் (களர் நிலத்தில்) மாட்டிக் கொண்டால் நரிகள்கூடப் பலம் பொரந்திய யானையைக் கொன்று அழித்து விடும். காரணம் யானை சென்று மாட்டிக்கொள்ளும் இடம் அத்தகையது. களர் நிலத்தில் இறக்கி விட்டால் தன் பெருத்த உடம்பைத் தூக்கி வெளியே வரமுடியாது; அங்கு கிடந்தே அது சாக வேண்டியதுதான். அப்போது நரிகளுக்கு வேட்டைதானே?

காலாழ் களரில் நரியடும் கண்ணஞ்சா
வேலாள் முகத்த களிறு   500

ஆக, வெற்றி பெறுவதற்கு நம்முடைய வீரமும் துணிவும் மட்டுமல்ல காரணம், இருக்கும் இடமும் ஒரு முக்கிய காரணமாகும் என்பதை இதன்மூலம் உணர்த்துகிறார் வள்ளுவப் பெருந்தகையார்.

❈

10. தெரிந்து தெளிதல்

எந்த வினையைச் செய்தாலும், அதாவது மேற்கொண்டாலும் அதை வெற்றியுடன் செய்து முடிக்க வேண்டும் என்பதைக் கருத்திற்கொள்ள வேண்டும். இதற்கு வினையை ஆற்றுபவன் பற்றி நன்றாக எண்ணிப் பார்த்துச் சிறந்த முறையில் செயல்படுபவன்தானா என்பதை ஆராய்ந்து பார்க்கவும் வேண்டும். ஒருவருடைய திறமை மட்டுமன்றி நுண்ணறிவும் சிறப்பாகச் செயல்படுவதற்கும் பெருந்துணை புரிவனவாகும்.

ஒருவரிடம் நம்பி ஒப்படைக்கும் பெரும் பணியையோ சிறிய பணியையோ நம்பிக்கைக்கு ஏற்றாற்போலச் சிறப்புடன் செய்து முடிக்கப்படுபவன்தானா என்று நன்றாகத் தீர்மானித்த பின்னரே ஒப்படைக்க வேண்டும்.

இவ்விதம் பொறுப்பை ஒப்படைப்பதற்கு முன்னர் செயலை ஏற்றுச் செய்பவனின் ஆற்றல் பற்றி எண்ணிப் பார்க்க வேண்டும். அறம், பொருள், இன்பம், உயிரச்சம் போன்ற நான்கு தன்மைகளையும் ஆராய்ந்து தெளிந்த பின்னர்தான் அவனிடம் ஒரு செயலைச் செய்ய ஒப்படைக்க வேண்டும் என்று அறிவுறுத்துகிறார்.

'அறவழி' என்று இங்கு குறிப்பிடப்படுவது அவன் நல்ல நேர்மையான வழியில் செல்பவனாக இருக்கிறானா என்று ஆராய்ந்து பார்க்க வேண்டும் என்பதாகும். அவன், பொருளாசை கொள்ளாதவனாகவும் இருக்க வேண்டும். அதாவது நேரிய வழியில் நடக்கும் பண்பாடுள்ளவனாக

இருத்தல் வேண்டும் என்பது முக்கியமாகும். ஒப்படைக்கப் படும் பெரும் பணியைக் கவனியாமல் இன்பத்திலேயே குறிக்கோளாகக் கொண்டு வீணாகப் பொழுதைக் கழிப் போனாகவும் இருத்தல் கூடாது.

வேறு யாருடையவோ பணம்தானே, இதைக்கொண்டு இன்ப விளையாட்டுகளில் ஈடுபடலாம் என்று எண்ணித் தன்னிடம் ஒப்படைக்கப்படும் வேலையை (பெரும் பணியை) உதாசீனப்படுத்தக் கூடாது.

உயிரச்சம் என்பது தன்னிடம் ஒப்படைக்கப்பட்டிருக்கும் பணியைக் கவனமுடன் மட்டுமன்றி ஆர்வத்துடனும் செய்து கொண்டிருக்கும் போது இந்தப் பணியைச் செய்து முடித்தால் எங்கே இவன் சிறப்புப் பெற்று விடுவானோ?

அதாவது மிகவும் சிறந்த பெயரைப் பெற்று விடுவானோ என்ற பொறாமையின் காரணத்தால் அவனுடைய உயிருக்குத் துன்பம் விளைவிக்க முனையும் நேரத்திலும் கூடப் பொருட் படுத்தாமல் மிகவும் துணிவுடன் செயல்படுபவனாகவும் திகழ வேண்டும்.

இவ்விதமெல்லாம் போற்றப்பெற்ற ஒருவனிடம் தான் சிறந்த பணியைச் செய்து முடிக்கும் பொறுப்பை ஒப்படைக்க வேண்டும்.

அறம்பொருள் இன்பம் உயிரச்சம் நான்கின்
திறந்தெரிந்து தேறப் படும் 501

செய்து முடிக்கப்பட வேண்டிய பணி பெரிய பணியாக இருக்கும்போது அந்தப் பணியைச் செய்து முடிக்கும் ஒருவன் இத்தகைய அருங்குணங்களை உடையவன்தானா என்பதை யெல்லாம் எண்ணிப் பார்க்க வேண்டும் என்று வள்ளுவர் பெருமான் உணர்த்துகிறார். எதையும் அவசரப்பட்டு யாரிடமும் ஒப்படைக்கக் கூடாது என்பது கருத்தாகும்.

இவ்விதமெல்லாம் எல்லாத் தகுதிகளுமுடைய ஒருவர் கிடைப்பது சிரமம் என்று எண்ணலாம். இருந்தாலும் எல்லா ஆற்றல்களையும் கொண்ட ஒருவரைத் தேர்ந்து அவரிடமே ஒப்படைக்கப்பட வேண்டும். பெரும் பணியை ஏற்றுச் செய்ய வருபவன் சாதாரணமானவனாக இருத்தல் கூடாது. ஒருவேளை அவன் நுட்பமான ஆற்றல் பெற்றவனாக இருக்கலாம்; இதை மட்டும் கொண்டே ஒருவனிடம் தாம் எண்ணிய பணியை ஒப்படைத்து விடக்கூடாது.

அவன் நல்ல குடியில் பிறந்தவனாக இருக்க வேண்டும். தாம் செய்யும் பணியில் குற்றங்கள் ஏற்பட்டு விடக்கூடா தென்ற கருத்துடன் பணிபுரிபவனாகத் திகழ வேண்டும்; ஒருகால் சிறிய தவறுகள் நடந்து விட்டால் ஏற்பட்ட தவறுக்கு இதயபூர்வமாக வருந்தி மேற்கொண்டு அத்தகைய தவறுகள் ஏற்படாவண்ணம் செயல்படக் கூடியவனாக இருத்தல் வேண்டும்.

தவறு நடப்பது இயல்பு என்றாலும்கூட இவ்விதம் நடந்து விட்டதே என்றெண்ணி நடந்துவிட்ட தவறுக்கு வருந்தியும் நாணியும் இனிமேல் எந்தக் காரணம் கொண்டும் இத்தகைய சிறு தவறும் நடந்துவிடக் கூடாது என்று உறுதிபட எண்ணுபவனாகவும் திகழ வேண்டும்.

இந்த உயர் தகுதிகளைக் கொண்டு சிறந்து விளங்கு பவனிடம்தான் ஒரு செயலைச் செய்வதற்கு ஒப்படைக்க வேண்டும்.

குடிப்பிறந்து குற்றத்தின் நீங்கி வடுப்பரியும்
நாணுடையான் கட்டே தெளிவு   502

வள்ளுவர் பெருமான் குறிப்பிடுவது போன்று இத்தகைய அருட் பெரும் பண்புகளை உடைய ஒருவன் மேற்கொள்ளும் செயல்களே நன்மையாக முடியும்; அதாவது சிறப்பாகச் செய்யப்பட்டு முடிக்கப்படும்.

இவ்விதமெல்லாம் உயர் பண்பாடுகளுடன் மட்டுமன்றி எல்லாத் தகுதிகளுடன் விளங்கும் ஒருவனிடம்தான் பெரும் பணியை ஒப்படைக்க வேண்டும். அவரால்தான் சிறப்பாக செய்து முடிக்கப்படும் என்று வள்ளுவர் பெருமான் கூறினாலும் கூட, அடுத்த குறட்பாவில் கூறுவதையும் பார்ப்போம்.

அரும்பெரும் பண்புகளை உடையவனாகவும் சிறந்த ஆற்றல் பெற்றவனாகவும் விளங்கினாலும்கூட நன்றாக ஆய்ந்து பார்த்தால் (ஆழமாக ஆய்ந்து பார்த்தால்) ஏதாவது ஒரு சிறிய குறையேனும் அவனிடம் தென்படும்.

அரியகற்று ஆசற்றவர் கண்ணும் தெரியுங்கால்
இன்மை அரிதே வெளிறு 503

என்னதான் அவன் கற்பதற்கரிய நூல்களையெல்லாம் கற்றுப் பேராற்றல் பெற்றவனாக இருந்தாலும் கூட, மிகவும் ஆழமாக ஆராய்ந்து பார்த்தால் எங்காவது ஓர் இடத்தில் அறியாமையைக் காண மடியும் என்று வள்ளுவர் பெருமானே ஒப்புக் கொள்ளுகிறார்.

இவ்விதமாக ஒரு சிறிய பின்னடைவுக் காக அவனுடைய சிறப்பான ஆற்றல்களைப் புறக்கணிக்க முடியாதல்லவா, அதற்காக ஒரு வழியையும் கூறுகிறார். அதுதான்,

குணம்நாடிக் குற்றமும் நாடி அவற்றுள்
மிகைநாடி மிக்க கொளல் 504

என்ற குறட்பாவாகும்.

மிகச்சிறிய ஒரு பின்னடைவுக்காக அவனை அவ்விதமே ஒதுக்கிவிடக் கூடாது. அவனிடம் காணப்படும் இதர நற்பண்பு களுக்காகவும் சிறப்புத் தன்மைகளுக்காகவும் அவனிடமே அப்பணியை ஒப்படைப்பதில் தவறு இல்லை.

ஒருவனைத் தேர்ந்தெடுக்கும் முன்னர், அவனுடைய குண நலன்களையும் குற்றங்களையும் ஆராய்ந்து பார்த்துக்

குற்றங்களை விடவும் குணநலன்கள் அதிக அளவில் இருப்பது தெரிய வந்தால் அந்தச் செயலை அவனிடமே ஒப்படைக்க வேண்டும்.

எல்லாக் குணநலக்ளும் அமைந்தவராக யாரும் இருக்க முடியாது. ஆகவே, குணம் அதிகமுள்ளவரைத் தேர்ந்தெடுத்துக் கொள்ள வேண்டும். குற்றமும் நாடி என்பதால் குற்றத்தைப் பற்றி அதிக அளவில் பொருட்படுத்தக் கூடாது.

குணத்தையே நாடிட வேண்டும். குற்றமே இல்லாதவர்கள் இல்லையாதலால், குற்றங்கள் குறைந்து குணம் அதிகமாக உள்ளவர்களைக் கொள்ள வேண்டும்.

பொதுவாகப் பார்க்குமிடத்து ஒவ்வொருவருடைய பெருமையையும் சிறுமையையும் அவரவர் செய்யும் செயல் மூலம் தெரிந்து கொள்ளலாம்.

அந்தச் செயல்களில் சிறந்து விளங்குவதன் மூலம் அவர்களுடைய பெருமை பற்றித் தெரிந்து மகிழலாம்.

தங்கமானது சுத்தத் தங்கமா அல்லவா என்பதை உரை கல்லில் வைத்து உரைத்துப் பார்ப்பதன் மூலம் தெரிந்துகொள்ள முடியும். இதைப்போல ஒருவருடைய பெருமை மற்றும் சிறுமையை அவரது செயலிலிருந்துதான் தெரிந்துகொள்ள வேண்டும்.

எந்தச் செயலை ஒருவரிடம் ஒப்படைக்கும் முன்னரும் அவருடைய குணநலன்களைப் பற்றி நன்கு ஆராய்ந்து தெரிந்துகொள்ள வேண்டும்.

பின்னர்தான் அவரிடம் பொறுப்பை ஒப்படைக்க வேண்டும். நன்றாக ஆராயாமல் செயல் புரிந்தால் துன்பம்தான் ஏற்படும்.

தேரான் பிறனைத் தெளிந்தான் வழிமுறை
தீரா இடும்பை தரும்   508

எந்தச் செயலை ஒருவரிடம் ஒப்படைக்கும் முன்னாலும் அவருடைய குடிப்பிறப்பையும் ஆராய்ந்து பார்த்து அறிந்து கொள்ள வேண்டியது முக்கியமாகும்; குணநலன்களைப் பற்றித் தெரிந்துகொள்ள வேண்டும்.

யாரையும் நன்றாக ஆராய்ந்து பார்த்துத்தான் தெளிவடைய வேண்டும். இவ்விதம் ஆராய்ந்து பார்த்துத் தேர்ந்தெடுத்த பின்னர் அவருடைய திறமைக்கேற்றவண்ணம் செயலை ஒப்படைக்க வேண்டும்.

இவ்விதம் செய்தால்தான் செய்யக் கருதிய செயலைக் குறைவின்றிச் செய்து முடிக்க முடியும். எதிலும் அவசரம் கூடாது. நிதானம் வேண்டும். எதையும் ஆராய்ந்து பார்க்காமல் தெளிவடைந்துவிடக் கூடாது.

இதை வலியுறுத்தவே, வள்ளுவர் பெருமான் 'தேறற்க யாரையும் தேறாது' என்று உணர்த்துகிறார்.

எதையும் ஆராய்ந்து பார்க்காமல் செயல் புரிவதற்கு ஒருவரை நியமிக்கக் கூடாது என்பதைக் கண்டோம். நியமிக்கப்பட்டவன் திறமையற்றவனாக இருந்து விட்டால் செயல் வெற்றியடையாது என்பது திண்ணம்.

யாரை நியமிக்கிறோமோ அவனிடம் நம்பிக்கை கொள்ள வேண்டும் என்பது முக்கியமாகும். ஒருவன் மீது பூரண நம்பிக்கையின்றி அவன் செயல் புரிவானோ புரிய மாட்டானோ என்று எண்ணினால் (சந்தேகப்பட்டால்) அந்தச் செயல் என்னதான் சிறப்புற இருந்தாலும் மன நிறைவைத் தராது.

இதையெல்லாம் மனதில் கொண்டுதான் வள்ளுவர் பெருமான் இவ்விதம் கூறுகிறார்.

தேரான் தெளிவும் தெளிந்தான்கண் ஐயுறவும்
தீரா இடும்பை தரும்   510

ஒருவனை, அந்தச் செயல் செய்யக்கூடியவன்தானா என்று ஆராய்ந்து பாராமல் அவனிடம் குறிப்பிட்ட ஒரு செயலை ஒப்படைப்பதும், நன்கு ஆராய்ந்து பார்த்துத் தெளிந்த பின்னர் (ஒப்படைக்கப்பட்ட பின்னர்) அவன் அச்செயலைச் சரிவர செய்து முடிப்பானோ முடிக்க மாட்டானோ என்று சந்தேகப்படுவதும் தீராத துன்பங்களையே தருவனவாகும்.

※

11. தெரிந்து வினையாடல்

நன்றாகத் தெளியப்பட்ட ஒருவரிடம்தான் எந்தச் செயலையும் செய்வதற்கு ஒப்படைக்க வேண்டும். இவ்விதமாக அவரிடம் செயல் புரிய ஒப்படைத்த பின்னர் அவர் அப் பணியைச் செய்து கொண்டிருக்கும் போது அப்போதைக்கப் போது கண்காணிப்பதையே இவ்வதிகாரத்தில் கூறப்பட்டிருக் கிறது.

முதல் குறட்பாவிலேயே,

நன்மையும் தீமையும் நாடி நலம்புரிந்த
தன்மையான் ஆளப் படும்   511

செய்கின்ற செயலின் பயனானது நன்மை தருவதாக இருக்கிறதா அல்லது தீமை அளிப்பதாக இருக்கிறதா என்று ஆராய்ந்து செய்ய ஏவினவனுக்கு நன்மையாக உள்ளதா என்று பார்த்து நன்மை பயக்கும் செயலை ஆள வேண்டும்.

ஒரு செயல் செய்யப்படும் போது இருசாராருக்கும் நன்மையளிப்பதாக இருக்க வேண்டும். பலன் பெறுபவர் களுக்கும் நன்மையளிப்பதாக இருக்க வேண்டும்; செய்யப் பணித்தவர்களுக்கும் நன்மை தருவதாக இருக்க வேண்டும் என்பது முக்கியமாகும்.

'நலம் புரிந்த தன்மையானது' அந்தச் செயலானது தனக்கு நன்மை பயப்பதோடு செய்பவனுக்கும் நன்மையளிப்பதாக இருக்க வேண்டும் என்பது முக்கியமாகும்.

செயல் மூலம் வருகின்ற வருவாயை அதிகரிக்கச் செய்வதோடு நல்ல பயனையும் கொடுக்குமாறு செய்ய வேண்டும் என்பது முக்கியமாகும். இவ்விதமாக வருவாயையும் பயனையும் சீர்தூக்கிப் பார்த்து ஆராய்ந்து செய்பவன்தான் ஒரு செயலைச் சிறப்பாகச் செய்து முடிப்பான்.

வாரி பெருக்கி வளம்படுத்து உற்றவை
ஆராய்வான் செய்க வினை   512

பலன் பெறுபவர்கள் நல்ல முறையில் பெற்றுச் சிறக்க வேண்டும்; அதாவது வளர்ச்சியடைய வேண்டும். செய்யத் தூண்டியவர்களும் நலம்பெற வேண்டும் என்று எண்ணிச் செய்யும் நல்ல மனம் பெற்றவர்கள் மட்டுமன்றித் திறன் பெற்றவர்கள்தான் செயல்களைச் செய்ய வேண்டும்.

'வளப்படுத்து' என்று இங்கு குறிப்பிடப்படுவது செயல் புரியத் தூண்டியவர்கள் நலம் பெற வேண்டும் என்பதைக் குறிப்பதாகும்.

ஒரு செயலைச் செய்யும் நல்ல திறன் பெற்றவன்தான் செயலைச் செய்ய வேண்டும்.

சிறந்த அறிவுள்ளவனாகவும், பின்வருவனவற்றை முன்னரே உணர்ந்து கூறக்கூடியவனாகவும் நல்ல தெளிவு பெற்றவனாகவும் எந்தப் பொருளைக் கண்டும் பேராசை கொள்ளாதவனாகவும் இருப்பவன்தான் நல்ல செயல் புரியும் தகுதி பெற்றவனாவான்.

மேலே குறிப்பிட்ட நான்கு குணங்களைக் கொண்டவன் தான் சிறப்பான முறையிலும், செயலுக்குப் பங்கம் வராத வண்ணமும் செய்து முடிப்பான். எனவே, இத்தகையவனைத் தேர்ந்தெடுத்துதான் செயல்புரியக் கூற வேண்டும்.

ஒரு செயலைச் செய்பவன் அச்செயலைப் பற்றி நன்கு உணர்ந்திருக்க வேண்டும்; தெரிந்திருக்கவும் வேண்டும்.

இவ்விதம் நன்றாக உணர்ந்து தெளிந்த ஒருவனிடம்தான் அந்தக் குறிப்பிட்ட பணியைச் செய்ய ஒப்படைக்க வேண்டும். இவ்வாறின்றி, அவன் நல்லவன், தெரிந்தவன், வேண்டியவன் என்று எண்ணி எந்தப் பணியையும் ஒப்படைக்கக் கூடாது.

சிறப்பான முறையில் செய்து முடிக்கும் ஆற்றல் பெற்றவரிடம் அல்லாமல் வேண்டியவன் என்ற முறையில் யாரிடமும் பணியை ஒப்படைக்கக் கூடாது.

அறிந்தாற்றிச் செய்கிற்பாற்கு அல்லால் வினைதான்
சிறந்தானென்று ஏவற்பாற் றன்று   515

ஒரு செயல் பற்றி நன்கு அறிந்து கொண்டவனிடம்தான் ஒப்படைக்க வேண்டும் என்பது முக்கியமாகும். அச்செயல் சிறப்புறச் செய்து முடிக்கப்பட வேண்டுமாயின், அந்தச் செயலில் ஏற்படும் கோளாறுகளை நிவர்த்தி செய்யும் ஆற்றலும் பெற்றிருக்க வேண்டும். இவ்விதமன்றித் தமக்கு வேண்டியவர் என்ற முறையில் செயலை ஒப்படைத்துப் பின்னர் துன்பமுறும் நிலையை அடையக் கூடாது.

ஒரு செயலைச் செய்து முடிப்பது என்பது எளிதான காரியமல்ல.

முதலில் செயலைச் செய்து முடிக்கும் ஆற்றல் பெற்றவனது திறமையை ஆராய வேண்டும்; செய்யப்படும் செயல்களின் தன்மையையும் தெரிந்து கொள்ள வேண்டும். அதன்பின்னர், செயலைச் செய்வதற்கேற்ற காலத்தையும் தெரிந்து ஈடுபட வேண்டும்.

செய்வானை நாடி வினைநாடிக் காலத்தோடு
எய்த உணர்ந்து செயல்   516

செயல் நிகழ்த்தப்படுவது என்பது எளிதான காரியமல்ல; செயல் புரிபவனையும், செய்வதற்கான காலத்தையும் பொறுத்துச் செயல் நிகழ்த்தப்பட வேண்டும்.

பொதுவாகச் செயல் புரிவதற்கு ஏற்ற காலம் மிகவும் முக்கியமாகும். எதை எதை எந்த எந்த காலத்தில் செய்ய வேண்டும் என்பது மிகவும் முக்கியமாகும். இதைப்போல, யார் யார் எந்த எந்தச் செயலைச் செய்ய வேண்டும் (அதாவது ஆற்றலுடையவர்) என்பதைத் தெரிந்துகொள்ள வேண்டும். இதைப்போல எந்த எந்தச் செயல்களை முதலில் செய்ய வேண்டும் என்பதையும் தெரிந்து செயல்பட வேண்டும்.

செயலைச் செய்யத் தொடங்குவதற்கு முன்னர், செயலுக்கேற்ற தகுதியுடையவரைத் (யாரரைல் செய்து முடிக்கப்பட வேண்டும் என்று) தேர்ந்தெடுக்க வேண்டும். எந்த வேலை யாரால் செய்யப்பட்டு முடிக்க முடியுமோ அந்தத் தகுதியுடையவரைத்தான் தேர்ந்தெடுக்க வேண்டும். வேலைக்கேற்ற ஆளைத்தான் நியமிக்க வேண்டுமேயன்றி ஆளுக்குத்தக்க வேலையைத் தேர்ந்தெடுக்கக் கூடாது. வேலையைத் திறன்படச் செய்து முடிக்கும் கருவிகளையும் கொடுக்க வேண்டும்.

இதனை இதனால் இவன்முடிக்கும் என்றாய்ந்து
அதனை அவன்கண் விடல் 517

நன்றாகத் தெரிந்து செய்யக்கூடிய செயலைக் காலத்தால் மட்டுமன்றி இடத்தாலும் இன்னும் இதர சாதனங்களாலும் இவன்தான் செய்து முடிக்க வேண்டும் என்பதை நன்றாகத் தேர்ந்தும் தெளிந்தும் அவன்பால் அந்தச் செயலைச் செய்ய விட்டுவிட வேண்டும்.

செயலின் தன்மையையும், செயலைச் சிறப்புறச் செய்து முடிக்கும் ஆற்றலையும் பெற்ற ஒருவனிடமே அந்தச் செயலைச் செய்து முடிக்கும் பொறுப்பை ஒப்படைக்க வேண்டும். அந்தச் செயலைச் செய்து முடிக்கும் ஆற்றலைக் குறைவறப் பெற்றுத் திகழும் ஆற்றல் பெற்ற அவனால்தான் அந்தச் செயலைச் சிறப்புறச் செய்ய முடியும்.

வினைக்குரிமை நாடிய பின்றை அவனை
அதற்குரிய னாகச் செயல் 518

அவனால்தான் அச்செயலைச் சிறப்புறச் செய்ய முடியும் என்று உறுதி செய்யப்பட்ட பின்னர் அவனிடம்தான் அப்பணியை ஒப்படைக்க வேண்டும்.

தேர்ந்தெடுக்கப்பட்ட ஒருவன்தான் அந்தச் செயலைச் செய்யும் தகுதியுடையவன் என்பதைத் தெரிந்து தெளிந்த பின்னர், அந்தச் செயலைச் செய்து முடிக்கும் பொறுப்பை அவனிடமே ஒப்படைக்க வேண்டும்.

ஒரு செயலை, இன்ன காரணங்களால் இவன் சிறப்புறச் செய்து முடிப்பான் என்று உணர்ந்து அவனிடம் ஒப்படைக்கப் பட்ட பின்னர், இன்னும் சொல்லப்போனால் அவன் ஆர்வ முடன் செயல்பட்டுக் கொண்டிருக்கும்போது அவனுடைய செயல் திறம் பற்றி சந்தேகம் ஏற்பட்டு அவனை மாற்றிட முனைந்தால் அந்தச் செயல் முற்றுப்பெறாது; கேடும் வந்து சேரும்.

வினைக்கண் வினையுடையான் கேண்மை வேறாக
நினைப்பானை நீங்கும் திரு 519

ஒரு செயலைச் செய்து முடிக்க ஆற்றப்பெற்ற ஒருவன் கிடைப்பது அரிது. இவ்விதம் நல்ல ஆற்றல் பெற்ற அவர் செயல்பட்டுக் கொண்டிருக்கும் போது, அதாவது ஆர்வம் மிக்கவனாகச் செயல்பட்டுக் கொண்டிருக்கும் போது, அவன்மீது சந்தேகப்பட்டு அவனை அந்தப் பொறுப்பலிருந்து மாற்ற முனைந்தால் அந்தச் செயல் அதன்பின்னர் சிறப்புறச் செய்து முடிக்கப்பட மாட்டாது.

ஒரு செயலைச் (வினையை) செய்யப் பொறுப்புமிக்க ஒருவனிடம் ஒப்படைத்து விட்டால் மட்டும் போதாது; அதாவது அவன் ஒப்படைக்கப்பட்ட வேலையைத் திறன்படச் செய்து முடித்து விடுவான் என்று நம்பிக் கொண்டிருக்கக்

கூடாது. அவனிடம் ஒப்படைக்கப்பட்ட குறிப்பிட்ட வேலை செய்து முடிக்கப்படுகிறதா என்ற மேற்பார்வையும் கண்டிப் பாக வேண்டும். அதாவது தினமும் சென்று கவனித்து வரவேண்டும்.

ஒப்படைக்கப்பட்ட செயல் ஒழுங்கான முறையில் செய்யப்படுகிறதா என்ற மேற்பாாவை மிகவும் முக்கியமாகும். இவ்விதம் தினந்தோறும் மேற்பார்வை இடாவிட்டால் கோளாறு ஏற்படுவதற்கு வாய்ப்பு உண்டு.

நாடோறும் நாடுக மன்னன் வினைசெய்வான்
கோடாமை கோடா துலகு   520

ஒப்படைக்கப்படும் செயலைச் சிறப்புறச் செய்யா விட்டால் துன்பங்கள்தான் வந்து சேரும். எனவே, சரியான முறையில் செயல் நடைபெறுகிறதா என்று பார்த்து உறுதி செய்துகொள்ள வேண்டும்; இல்லையேல் செயலில் கோளாறு ஏற்படலாம்.

※

12. சுற்றம் தழால்

நல்ல பண்பாளர்களாக விளங்குபவர்கள் தங்கள் சுற்றம் சூழவே வாழ்ந்து வரவேண்டும். பணம் படைத்தவர்களோ, ஏழைகளோ, யாராக இருந்தாலும் சுற்றம் சூழத்தான் ஒருவன் வாழ்ந்து வரவேண்டும். சுற்றத்தினரை எந்த நிலையிலும் ஒதுக்கி வாழ முனையக்கூடாது. இவ்விதம் வாழ்வது பெரிய அறிவீனமாகும்.

பண வசதியுடன் இருக்கிறார்களோ இல்லையோ சுற்றத்தைப் பேணி வரவேண்டும். செல்வம் என்றுமே நிலைத்திருப்பதில்லை. எந்தச் சுற்றத்தினரும் தமக்கு வேண்டாம், தாம் தனித்திருப்போம் என்று எண்ணுவது பேதைமையாகும். எந்த நிலையிலும் சுற்றத்தைப் பேணி வாழ்ந்து வந்தால் துன்ப நிலையில் அவர்களே வந்து ஆதரவு கொடுப்பார்கள்.

பற்று நீங்கிய காலத்தும் சுற்றம் என்பதை எண்ணிப் பார்த்து, அதாவது நீண்ட காலத் (கழிந்த கால) தொடர்பை எண்ணிப் பார்த்து உதவுவதே மனிதத் தன்மையாகும்; இந்த உயரிய பண்பைச் சுற்றத்தாரிடத்தில் காணலாம்.

குடும்பத்தாரிடையே பலவித காரணங்களினால் 'பற்று' என்ற உயர் தன்மை இல்லாமல் பழகி வரலாம்; சிலபல காரணங்களால் மன வேறுபாடு கூட ஏற்படுவதுண்டு; இதனால் சுற்றத்தாரை விட்டுப் பிரிந்து கூட இருக்கலாம். ஆனால், நீண்ட கால உறவு என்றுமே விட்டும் போகாது.

பற்றற்ற கண்ணும் பழமையா ராட்டுதல்
சுற்றத்தார் கண்ணே உள 521

சுற்றும் என்னும் முந்தைய தொடர்பு எந்த நிலையிலும் விட்டுப் போகாது. சுற்றம் என்னும் தொடர்பு உணர்ச்சி சுற்றத்தாரை விட்டுச் சென்று விடுவதில்லை. அன்பு நிறைந்த சுற்றத்தாரிடம் என்றும் இருந்து கொண்டுதான் இருக்கும்.

சிலர் சுற்றத்தார் இன்றி (அவர்கள் இருந்தும் அவர்களை விட்டுத் தனியாக) இருப்பது உண்டு. இவ்விதமாக வாழ்வதென்பது நீரானது வெளியே செல்வதற்கான வழியும், வரும் நீரைப் பாதுகாவலுடன் தேக்கி வைத்துக் கொள்வதற்கான கரைகளும் இல்லாத குளம் போலவாகும்.

பொதுவாகக் குளத்து நீரானது வெளியே செல்லும் வாய்க்கால் வழியாக வெளியேறிச் செல்லவும், நீர் வரும் வாய்க்கால் வழியாகக் குளத்திற்கு வரவும் வேண்டும். அதாவது, பழைய நீர் வெளியேற வேண்டும்; புதிய நீர் குளத்திற்குள் பாய்ந்து வரவேண்டும். இவைகளுக்கு அப்பாற்பட்டு குளத்தில் போதிய அளவு நீர் நிறைந்து நிற்பதற்கு நல்ல உறுதியான கரைகளும் நாற்புறமும் வேண்டும்.

இவ்விதமிருந்தால்தான் குளத்து நீர் சுத்தமாக இருக்கும். இதைப்போல ஒருவனுடைய வாழ்க்கை நல்ல முறையில் அமைதியாக இருக்க வேண்டுமானால் அவனுடைய இன்ப துன்பங்களில் பங்கேற்று ஆதரவு கொடுப்பதற்கும், அவர்களுடைய இன்ப துன்பங்களில் இவன் பங்கு கொண்டு வாழ்க்கையை அமைதியான முறையில் நடத்திச் செல்லவும் கண்டிப்பாக நல்ல சுற்றம் வேண்டும்.

அளவளாவு இல்லாதான் வாழ்க்கை குளவரைக்
கோடின்றி நீர்நிறைந் தற்று 523

ஒருவன் என்னதான் செல்வம் படைத்வனாக இருந்தாலும் அவன் தன்னுடைய சுற்றம் பேணி வாழ வேண்டும்.

இவ்விதமாக வாழாத ஒருவன் இந்தச் சமுதாயத்தில் வாழாதவனாகவே கருதப்படுவான். ஒருவன் இவ்விதமாக நல்ல சுற்றமுடன் வாழ்வதுதான் சிறந்த அமைதி நிறைந்த வாழ்க்கையாகும். சுற்றத்தாருடன் அமைதியாக வாழ்ந்து இன்ப துன்பங்களில் பங்கு பெறுவது என்பதுதான் சிறந்த வாழ்க்கையாகும்.

> சுற்றத்தால் சுற்றப்பட ஒழுகல் செல்வந்தான்
> பெற்றத்தால் பெற்ற பயன் 524

ஒருவன் சிறந்த முறையில் பொருளைப் பெற்று சிறந்து விளங்குதல் என்பது சுற்றம் தழுவி அவர்களின் இன்ப துன்பங்களில் பங்கு கொண்டு வாழ்வதாகும்.

பண வசதியுள்ள ஒருவன் தன் சுற்றத்தாருக்கு (வறிய நிலையில்) பணம் கொடுத்து உதவியும் அவர்களிடம் அன்பாக உரையாடியும் வந்தால் அந்தச் சுற்றத்தினர் அவன்மீது பேரன்பு கொண்டவர்களாய் என்றும் பற்றுதலுடன் வாழ்ந்து வருவார்கள்.

ஒரு குடும்பத்தில் பணம் படைத்த ஒருவன் இவ்விதம் தன் சுற்றத்தாரிடம் அன்பு செலுத்தியே வாழ வேண்டும். இதை ஒவ்வொருவரும் உணர்ந்து நடந்து வரவேண்டும்.

> கொடுத்தலும் இன்சொலும் ஆற்றின் அடுக்கிய
> சுற்றத்தால் சுற்றப் படும் 525

ஒருவனுடைய உயர் குணத்துக்காகவும் (அவன் தன் சுற்றத்தாரிடம் வைத்திருக்கும் பாசத்திற்காகவும்) அவனிடமுள்ள பணத்திற்காகவும் பொதுவாகச் சுற்றத்தினர் அவனை நாடிடுவர்.

இவ்விதம் நாடும்போது அவனைச் சுற்றிலும் சுற்றத்தினர் எப்போதும் இருந்து கொண்டிருப்பார்கள். இவ்விதமாக எப்போதும் சுற்றத்தினரால் சூழ்ந்திருப்போனைப் பார்த்து

இவனுக்கு இவ்வளவு பெரிய சுற்றமுள்ளதே என்று எண்ணி வியப்படைவார்கள். அவன் தன் சுற்றத்தாரின் வறிய நிலையைக் கண்டு உதவி செய்து வரவே, சுற்றத்தாரும் அவனைப் பெரிதும் போற்றிடுவர். அவன் யாரிடமும் சினந்து பேசாமல் அன்புடையவனாக இருந்து வருவதால் அவன் புகழ் சுற்றத்தார் மத்தியில் மேலும் பெருகவே காணலாம்.

பெருங்கொடையயான் பேணான் வெகுளி அவனின்
மருங்குடையார் மாநிலத்து இல் 526

தன் சுற்றத்தினர் அனைவரையும் அனுசரித்துச் சென்று அவர்கள் வறுமை தீர கொடுத்தும், யாரிடமும் கோபம் கொள்ளாதவனாகவும் ஒருவன் சிறந்து விளங்கினால் அவனுடைய சுற்றம் போல வேறு யாருக்கும் இல்லையென்று கூறும் விதத்தில் இருக்கும்.

சுற்றத்தாருக்கு உதவுவது பற்றிக் கூறும் போது கரைந்து உண்ணும் காக்கையை உவமானமாகக் கூறுகிறார். காகமானது உண்ணும்போது எந்த நிலையிலும் தனித்து உண்டு வாழ்வதில்லை. சிறிதளவுஉணவுப் பொருளைக் கண்டாலும் கூட அது 'கரைந்து' தன் இனத்தை வரவழைத்து விடும்.

காக்கையைப் போலப் பிறருக்கும் கொடுத்து உண்ணும் உயரிய பண்பாளர்களின் சுற்றம்தான் வளர்ச்சி பெற்றுச் சிறந்து காணப்படும்.

தமக்குக் கிடைத்த உணவைத் தாமே உண்டுவிட வேண்டும் என்ற எண்ணம் காக்கைக்குக் கிடையாது. இதைப்போலப் பிறருக்குக் கொடுத்துத் தாமும் உண்ண வேணடும் என்ற எண்ணமுள்ளவர்களால்தான் சுற்றத்தின் வளர்ச்சியும் செயலும் என்றும் நிலைத்திருக்கும்.

காக்கை கரவா கரைந்துண்ணும் ஆக்கமும்
அன்னநீ ரார்க்கே உள 527

காக்கையைப் போல மனிதனும் தன் இனத்தார்க்குக் கொடுத்து இன்பமும் நிம்மதியும் அடைய வேண்டும். இவ்விதம் நடந்து கொள்வது என்பது அறச்செயல் மட்டு மன்றிப் பொருள் பெருகுவதற்கும் வழி வகுப்பதுமாகும்.

சுற்றத்தினருக்கு உதவுவது மூலம் நன்றி மறவாத அவர்கள் அவனுடைய செல்வ வளம் பெருக நிச்சயமாக உதவுவார்கள். இவ்விதம் செல்வம் மேலும் பெருகுவதற்கும் வழி கிடைக்கிறது.

ஒரு குடும்பத்தை விட்டு வேண்டியவர் பிரிந்து போகாமல் பார்த்துககொள்ள வேண்டும். இவ்விதம் பிரிந்து போவதன் மூலம் பெருமளவில் மனத்துன்பம்தான் ஏற்படும். எனவே, பணம் படைத்தவர்கள், தங்கள் சுற்றத்தைத் தனியே விட்டுச் செல்லக்கூடாது.

தமராகித் தன்துறந்தார் சுற்றம் அமராமைக்
காரணம் இன்றி வரும் 529

தனக்கு மிகவும் வேண்டியவர்கள் தன்னை விட்டுப் பிரிந்து போய் விடுவார்களானால் தன்னையறியாமலேயே எந்தவிதக் காரணமும் இன்றி மனம் அமைதியில்லாமையால் துன்பம் அடையும்.

எனவே, இவ்விதம் பிரிந்து இருந்து குடும்பத்திற்கு அமைதி தராத நிலையைத் தவிர்க்க வேண்டும்.

சிலர் குடும்பத்தை விட்டு எந்தக் காரணமும் இன்றிப் பிரிந்து செல்வார்கள். இவ்விதம் பிரிந்து செல்வதற்கு ஏற்ற காரணங்கள் பொதுவாக இருப்பதில்லை.

இவ்விதம் பிரிந்து செல்பவர்கள் மீண்டும் வந்து சேர விரும்பினால் அவர்களைச் சேர்த்துக் கொள்ளத்தான் வேண்டும். அதற்குமுன் அவர்கள் பிரிந்து சென்ற காரணத்தைக் கேட்டு அறிய வேண்டும் என்பது முக்கியமாகும்.

உழைப்பிரிந்து காரணத்தின் வந்தானை வேந்தன்
இழைத்திருந்து எண்ணிக் கொளல்   530

    இவ்விதம் பிரிந்து செல்ல வேண்டிய காரணம் என்ன என்பது பற்றித் தீர விசாரிப்பதுதான் முறையாகும். இவ்விதம் விசாரித்துக் காரணம் அறிந்து மீண்டும் பெருந்தன்மையுடன் சேர்த்துத்தான் கொள்வார்கள்.

❋

13. பொச்சாவாமை

சுற்றத்தாரை உரிய முறையில் பேணி வரவேண்டும் என்று கூறிய வள்ளுவர் பெருமான், அடுத்த அதிகாரத்தில் மறவாமை பற்றிக் கூறுகிறார்.

பொதுவாகக் கோபம்தான் பெருந்துன்பத்தைக் கொடுக்கும் என்பார்கள். ஆனால், மறதியானது அதை விடவும் மிகவும் துன்பம் தருவதாகும்.

அதனால்தான் 'இறந்த பெருளியின் தீதே' என்று கூறுகிறார்.

கோபமானது ஒருவனை நிலைகுலைய வைத்து அறியாமையில் கொண்டு சேர்த்து விடும். இதைப்போல, அளவிறந்த மகிழ்ச்சியும் கடைசியில் மறதியில் கொண்டு சேர்த்து விடும் என்று கூறுகிறார்.

எந்த நிலையிலும் ஒருவனுக்கு மறதி ஏற்படக்கூடாது. கோபம் எவ்விதம் அறிவைக் கெடுக்கிறதோ அதைப்போல அளவிறந்த மகிழ்ச்சியும் துன்பத்தையே பின்னர் கொடுக்கும்; அதாவது மறதியைக் கொண்டு வந்துவிடும் என்று கூறுகிறார்.

இறந்த வெகுளியின் தீதே சிறந்த
உவகை மகிழ்ச்சியின் சோர்வு 531

பொதுவாகவே, வறுமையில் வாழும் ஒருவனுடைய அறிவானது தெளிவு பெறுவதில்லை. ஒருகால் அவன் பெற்ற அறிவின் காரணத்தால் என்னதான் பேசினாலும் (கூறினாலும்)

அவன் பேச்சு மக்கள் மத்தியிலே எடுபடாது. இதைப்போன்று, மறதியுடையவனது பெருமையும் குறையவே காணலாம். மறதியும், வறுமையும் சமமாகவே கருதப்படுகின்றன என்றுதான் கொள்ள வேண்டும்.

வறுமையானது பொருளின்மையால் வருவதாகும்; மறதி பெரும்பாலும் அறிவின்மையால் வருவதாகும் என்று கூறலாம். பொருள் இன்மையால் அறிவு கெடும்; அதாவது அறிவு பயன்படாது போய்விடும். மறதியாலும் பொருள் கெடும். ஆம், பொருள் கெடுவதற்கு நிறையவே வாய்ப்புகள் உண்டு.

பொச்சாப்புக் கொல்லும் புகழை அறிவினை
நிச்ச நிரப்புக்கொன் றாங்கு 532

என்றும் கூடவே இருந்து துன்பங்களைக் கொடுத்து வரும் தரித்திரம், அதாவது நித்திய தரித்திரம், அறிவைக் கெடுப்பது போன்று மறதியானது ஒருவனுடைய புகழைக் குறைத்து விடும்.

வறுமை பெருகப் பெருக அறிவு சிறுத்து விடும்; ஆம், இதில் சந்தேகமே இல்லை. வறுமையால் வாடும் ஒருவன் முதலில் அதைப் போக்கத்தான் வழி பார்ப்பானே தவிர அறிவை வளர்த்துக்கொள்ள அவனுக்கு எண்ணம் போகாது; முயலவும் மாட்டான்; இது இயல்பாகும்.

மறதியாலும் பல துன்பங்கள் விளையும் என்பதில் சந்தேகமேயில்லை. ஒருவனுடைய முன்னேற்றத்திற்குக் குறுக்கே நிற்பது இந்த மறதியேயாகும். இதனால்தான் வள்ளுவர் பெருமான், மறதியுடையார்க்குப் புகழ் இல்லை என்று கூறுகிறார். எத்துறையிலுள்ளவர்களுக்கும் மறதியானது பெருந்துன்பத்தையே கொடுக்கும்; அதாவது அத்துறையில் அவர்களை முன்னேற விடாமல் செய்துவிடும்.

அவர்கள் அற வழியில் நிற்பவர்களானாலும் சரி, பொருளீட்டும் துறைகளில் ஈடபடுபவர்களானாலும் சரி, அவர்களை மறதியானது பெருந்துன்பங்களுக்கு ஆளாக்கி

விடும். எத்துறையிலும் முன்னேற விடாமல் செய்து விடுவது இந்தப் பொல்லாத மறதியாகும் என்பதில் சந்தேகமேயில்லை.

பொச்சாப்பார்க்கு இல்லை புகழ்மை அதுவுலகத்து
எப்பால்நூ லோர்க்கும் துணிவு 533

மறதி வருவதன் மூலம் முன்னேற்றத்தைத் தடை செய்துவிடும். எந்தத் துறையிலுள்ளவர்களுக்கும் இது பொது விதி என்பதால் 'எப்பால் நூலோர்க்கும் துணிவு' என்று கூறுகிறார்.

ஒருவர்க்கு எவ்வளவு பாதுகாப்புகள் நிறைந்திருந்தாலும், அதாவது சிறந்த முறையில் கொடுக்கப்பட்டிருந்தாலும், அச்சமுள்ளவராக இந்தால் இந்தப் பாதுகாப்பினால் எந்தவிதப் பயனும் இல்லை. (மனதில் துணிவும் தைரியமும் இருந்தால் எந்தவிதப் பாதுகாப்பும் தேவையில்லை) ஒருவன் எவ்வளவு சிறந்து விளங்கினாலும் அவருக்கு மறதி இருக்குமானால், அதாவது மறதியால் துன்புற்று வந்தால் அவர் வாழ்கையில் ஒளி விட்டுப் பிரகாசிக்க முடியாது.

மனதிலே பயமுள்ளவருக்கு எந்த பாதுகாப்பும் பயனளிக்காததைப் போல, மறதியுள்ளவர்களுக்கு எந்த உயர்நிலையும் வாய்ப்பதில்லை.

அச்சம் உடையார்க்கு அரணில்லை ஆங்கில்லை
பொச்சாப்பு உடையார்க்கு நன்கு 534

பின்னால் வரும் நிலையினை யாரும் மறத்தல் கூடாது. இன்றைய செல்வ நிலை போன்றுதான் இருக்கும் என்றும் எண்ணிவிடக் கூடாது. ஒருவனுடைய வாழ்க்கையில் மறதி குடிகொண்டால் அவனைப் பலவாறு அலைக்கழிக்கும். இதை உணர்த்தவே அடுத்த குறட்பாவில் 'பின் நூறு இரங்கிவிடும்' என்று கூறுகிறார். அதாவது ஒருவனுக்கு ஏற்பட்டுள்ள மறதியால் ஏற்படும் தவறுகளை நினைத்து நினைத்து வருந்த

வேண்டிய நிலைமை ஏற்படும். அதாவது அவனுக்கு ஏற்படும் மறதியே அவனைப் பெருந்துன்பத்திற்குள்ளாக்கும் என்பதைத் தெரிந்துகொள்ள வேண்டும்.

முன்னுறக் காவாது இழுக்கியான் தன்பிழை
பின்னூறு இரங்கி விடும்   535

இப்போது ஏற்படும் இன்பத்தில் திளைத்துப் பின் வரும் துன்பங்கள் பற்றி நினைக்காமல் மறந்து வாழ்பவர்கள், பின்னர் பெருந்துன்பம் ஏற்படும் போது நூறு தடவைகளுக்கு மேலும் எண்ணி வருந்துவார்கள்.

ஒருவருக்கு மிகமிக வேண்டியது மறதியில்லாத உயர் தன்மையாகும். இந்த மறதியில்லாத நிலை ஒருவருக்கு ஏற்பட்டால் அவருக்கு வேறு எதுவுமே வேண்டாம். மறதியில்லாத பெருநிலை ஒருவருக்கு ஏற்பட்டல் போதும், அது பெரும் புகழைக் கொண்டு வந்து சிறப்படையச் செய்துவிடும்.

இழுக்காமை யார்மாட்டும் என்றும் வழுக்காமை
வாயின் அஃதுஒப்பது இல்   536

ஒவ்வொருவரும் இடமறிந்தும், காலமறிந்தும் செயலாற்றிச் சிறந்து விளங்குவதற்கு அவன் மறதியின்றிச் செயல்பட வேண்டும் என்பது முக்கியமாகும். இவ்விதமாக அவன் எந்த நிலையிலும் மறதியின்றிச் செயல்பட்டு வந்தால் எல்லா விதமான செல்வங்களும் அவனிடம் தானே வந்தடையும் என்பதில் சந்தேகமேயில்லை.

மறதி ஒருவனுக்கு இருக்குமானால் அவனால் எந்தச் செயலையும் சிறப்பாகச் செய்ய முடியாது. அதாவது, அவன் மேற்கொண்ட செயல்களைச் சிறப்புறச் செய்து வெற்றி பெற முடியாது. அவன் நுண்ணறிவு மிக்கவனாக இருக்கலாம்; ஆனால், மறதியானது அவன் தொழிலாற்றும் உயர்திறனைக் கெடுத்துவிடும். அவன் செய்யும் செயலின் நினைப்பையே

அவன் முற்றிலும் இழந்துவிட்டால் அவன் தன் வாழ்வில் சிறந்து விளங்க முடியாது.

அவன் செய்ய வேண்டிய செயலைப் பற்றிப் பலமுறை எண்ணி வந்தால் மேலும் நன்குணர்ந்து செயல்பட முடியும். இது, அவனுடைய மறதியைப் போக்குவதற்கும் வழி வகுப்ப தாகும்.

அரியஎன்று ஆகாத இல்லைபொச் சாவாக்
கருவியான் போற்றிச் செயின் 537

'பொச்சாவாக் கருவி' என்பது அதாவது மறதியை உண்டு பண்ணாத கருவி என்பது செய்யும் செயல் பற்றி திரும்பத் திரும்ப எண்ணிக் கொண்டிருப்பதாகும். இவ்விதம் எண்ணிய வண்ணமிருந்து, இதன் மூலம் மறதியைப் போக்கடித்துச் சிறந்து விளங்கினால் அவனால் செய்ய முடியாத அரிய செயல் என்பதே இல்லையாகும்.

இங்கு, மறதியின்மையை ஒரு கருவி என்று கூறிச் சிறப்பிக்கிறார். ஒரு செயல் பற்றித் திரும்பத் திரும்ப எண்ணிப் பார்த்து மறதியைப் போக்கடித்து விடலாம்; நாம் மேற் கொண்ட செயலை இடையூறின்றிச் செய்து முடிக்க இது நிச்சயமாக வழி வகுக்கும். இவ்விதமாக எண்ணி வருவதன் மூலம் நிச்சயமாக நாளடைவில் மறதியைப் போக்கடித்து விடலாம்.

சிலர், சொன்னது போலச் செய்யாமல், மறதியின் காரணத்தால் செய்ய முடியாமல் பின்னர் துனபமுறுவர். இவ்விதம் செய்யாத நிலையில் இவர்கள் வாக்குறுதியை மறந்தவர்களாகிறார்கள். இதனால் துன்பம் விளைவதுண்டு. கொடுத்த வாக்குறுதியை மறந்து போன நிலையில் பின்னர் பெருந்துன்பங்களை அடைய நேரிடும். எதையும் மறந்து போகாத நிலைமையை உண்டுபண்ணிக் கொள்ள வேண்டும்.

சொன்னது போலச் செய்யாமல் இருப்பதற்கு அவர்களிடமுள்ள மறதியே காரணமாகும். இவ்விதம் மறந்து

செயல்படாமல் இருந்தால், அதாவது வாக்கு கொடுத்தது போலச் செய்யாமலிருந்தால் ஏழேழு பிறவிகளிலும் தாழ்வுதான் ஏற்படும்.

புகழ்ந்தவை போற்றிச் செயல்வேண்டும் செய்யாது
இகழ்ந்தார்க்கு எழுமையும் இல்   538

மறதியின் காரணத்தால் பெருந்துன்பம் அடைந்தவர்கள் நிறைய பேர்கள். செல்வத்திலும், சிறப்பான வாழ்க்கையிலும் தன்னை மறந்து திரிபவர்கள். அவைகளையே நிரந்தரம் என்றெண்ணி மயக்கி வாழ்கிறார்கள். இத்தகையோர், இவ்விதம் வாழும்போது, மறதியின் காரணத்தால் தங்கள் வாழ்க்கையைக் கெடுத்துக் கொண்டவர்களைப் பற்றிக் கொஞ்சமாவது எண்ணிப் பார்க்க வேண்டும்.

செல்வம், செல்வாக்கு, புகழ், பெருமை போன்றவை எல்லாமே என்றும் நிலைத்திருக்க மறதியில்லாத வாழ்க்கையை அமைத்துக்கொள்ள வேண்டும் என்பது முக்கியமாகும். இவ்விதமிருந்தால்தான் அவன் தன்னிலையில் குறையாத வாழ்வைப் பெற்றுச் சிறந்து விளங்க முடியும்.

இகழ்ச்சியின் கெட்டாரை உள்ளுக தாம்தம்
மகிழ்ச்சியின் மைந்துறும் போழ்ந்து   539

இவ்விதமெல்லாம் கூறிவந்த வள்ளுவர் பெருமான், மறதியைப் போக்கிட வழியொன்றையும் கூறுகிறார். ஒரு செயலைச் செய்ய எண்ணுகிறோம். பின்னர், மறதியின் காரணத்தால் செய்ய முடியவில்லை என்று கூறுகிறோம்; இது பொருந்தாத ஒன்றேயாகும்.

நாம் எண்ணிய செயல் பற்றி, அதாவது செய்து முடிக்கப்பட வேண்டிய செயல் பற்றி திரும்பத் திரும்ப எண்ணிக் கொண்டிருந்தால் எவ்விதம் அந்த மறதி வந்து நம்மை அலைக்கழிக்கும்? நிச்சயமாக மறதி ஏற்படாது.

உள்ளியது எய்தல் எளிதுமன் மற்றுந்தான்
உள்ளியது உள்ளப் பெறின் 540

நாம் செய்து முடிக்க வேண்டிய செயல் பற்றி எப்போதுமே எண்ணிக் கொண்டிருந்தாலே போதும், எண்ணிய பொருளைச் செய்து முடித்து விடலாம். இவ்விதம் எந்தப் பொருள் பற்றியும் திரும்பத் திரும்ப எண்ணி வந்தால் நிச்சயமாக மறதியை நாளடைவில் போக்கி விடலாம்.

❇

14. ஊக்கமுடைமை

மனத்தளர்ச்சி என்பத சிறிதுகூட அடையாது எந்தக் காரியத்தையும் சிறப்புற் செய்வதற்குப் பெரிதும் உதவுவது ஊக்கமுடைமையாகும். ஊக்கம் என்பது உள்ளத்தில் ஏற்படும் புத்துணர்வு கொண்ட கிளர்ச்சியாகும் என்றும் கூறலாம். எந்தச் செயலையும் திறன்படச் செய்து முடிப்பதற்கு இந்த உள்ளக் கிளர்ச்சி கண்டிப்பாகத் தேவைப்படும்.

இந்த அதிகாரத்தில் முதல் குறட்பாவிலேயே ‘உடையர்’ எனப்படுவது ஊக்கம் என்று கூறி ஊக்கத்தின் சிறப்பை மேலும் நமக்கு உணர்த்துகிறார். அதாவது, ஒரு பொருளையோ செல்வத்தையோ உடையவர் என்று கூறப்படுவதே ஊக்கமுடைமையாகும். ஊக்கம் மட்டும் இல்லாது போனால் எந்தப் பொருளையும் அடைய முடியாது என்பதைப் போல எந்தச் செயலையும் செய்யவும் முடியாது.

மனிதன் நினைத்தால் எதையும் சாதிக்க முடியும்; அவனால் முடியாதது என்பது எதுவுமே இல்லை. இதற்கு மிகவும் முக்கியமாகத் தேவைப்படுவது ஊக்கமுடைமை யாகும். ஒருவனிடம் ஊக்கமுடைமை என்ற ஒன்று மட்டும் இருந்தால் போதும், அவன் எதையும் திறன்படச் சாதித்து விடுவான். இதனால்தான் வள்ளுவப் பெருந்தகை,

உடையர் எனப்படுவது ஊக்கம் அஃதில்லார்
உடையது உடையரோ மற்று 591

என்று கூறி ஊக்கமுடைமை பற்றிச் சிறப்பிக்கிறார். ஒருவன் உயர்ந்து நிற்கிறானென்றால், வாழ்வில் சிறந்து ஒளி வீசுகிறானென்றால் அவனிடமுள்ள ஊக்கமுடைமையே இதற்குக் காரணமாகும்.

மூதாதையர்கள் நிறைய அளவில் சொத்துகளை வைத்துச் செல்வார்கள். அவை அனைத்தையும் ஒரு தலைமுறைக்குள் ஒன்றுமே இல்லாமல் தீர்த்து ஓட்டாண்டிகளாகியவர்களைப் பற்றியும் கேள்விப்படுகிறோம். அதே வேளையில் ஒன்றுமே இல்லாத நிலையில் ஊக்கமுடன் உழைத்து எதிர்பாராத அளவில் முன்னேறியவர்களையும் கண்கூடாகக் காணுகிறோம். இவ்விதம் முன்னேறுவதற்குக் காரணம் அவர்களிடமுள்ள ஊக்கமுடைமைதான் என்பதில் சந்தேகமேயில்லை.

ஊக்கமுடையார் எதைப்பற்றியும் அஞ்சிட மாட் டார்கள். தங்கள் ஊக்கமுடைமையால் அவர்கள் எண்ணியதை எண்ணியாங்கு செய்து முடிப்பார்கள். ஒவ்வொருவருக்கும் வேறு எந்தச் சொத்து பத்துகளுமே வேண்டாம். ஊக்க முடைமை மட்டுமே இருந்தால் போதும்.

ஊக்கமில்லாதவர்களுக்கு என்ன இருந்தும் பயனில்லை. அவர்கள், இருந்த சொத்துகளையெல்லாம் சோம்பேறிகளாக வாழ்ந்தே தொலைத்து ஓட்டாண்டியாகி விடுவார்கள். அவர்களுக்கு என்ன இருந்தும் அவர்கள் உடையவர்களாக மாட்டார்கள்.

ஒருவரிடம் பொருள் நிலைத்திருக்க வேண்டுமானால் அவர்கள் உள்ளத்தால் புத்தணர்வு பெற்றவர்களாகத் திகழ வேண்டும். இதைத்தான் வள்ளுவர் பெருமான் 'உள்ளம் உடைமை' என்று கூறுகிறார். இவ்விதமாகத் தளராத உள்ளம் கொண்டவர்களே உடையார் எனப் போற்றப்படுகிறார்கள். உள்ளம் உடைமை இல்லாதவர்கள் எவ்வளவுதான் பொருளுடையவர்களாக இருந்தாலும் எந்தவிதப் பயனுமே

இல்லை. அந்தப் பொருளுடைமை அவர்களை விட்டு நீங்கிவிடும்; ஆம், நில்லாது நீங்கிவிடும். இவ்விதம் நில்லாமல் நீங்கி விடுவதற்கு அவர்களிடம் ஊக்கமுடைமை இல்லாததே காரணமாகும்.

> உள்ளம் உடைமை உடைமை பொருளுடைமை
> நில்லாது நீங்கி விடும் 592

எதையும் தன்னால் சாதித்து வெற்றி பெற முடியும் என்ற ஊக்கமுடைமை மட்டும் ஒருவனிடம் இருந்தால் போதும், அவன் இமாலய சாதனை புரிவான்; இந்த உலகத்தினர் பார்த்து வியந்து நிற்கும் சாதனையாளர்கள் அனைவருடைய கதைகளை ஆழ்ந்து பார்த்தால் அவர்கள் அனைவருமே தம்முடைய ஊக்கமுடைமையால்தான் இந்த உயர்ந்த நிலைக்கு வந்தவர்களாகத்தான் இருப்பார்கள். இது ஒன்றும் கற்பனையல்ல.

வள்ளுவர் பெருமான் கூறுவதுபோல உள்ளம் உடைமையே உடைமையாகும்.

பொருளை நிலைத்து நிற்கச் செய்ய ஊக்கம் உடைமையே முழுமுதற் காரணமாகும். ஊக்கத்துடன் செயல்பட்டு வந்தால் வெற்றி மேல் வெற்றி வந்து சேரும் என்பதில் சந்தேகமேயில்லை.

இவ்விதமாக ஊக்கமுடன் செயல்படுபவர்கள் ஒருவேளைத் தம் பொருளை இழக்க நேர்ந்தாலும் கூட அதைப்பற்றித் துளியும் வருந்த மாட்டார்கள். அவர்கள் மீண்டும் ஊக்கமுடன் உழைத்து வாழ்வில் உயர்ந்து நிற்பார்கள் என்பது திண்ணம்.

இழந்த பொருளை எவ்விதமும் பெற்றே தீருவோம் என்று எண்ணியவர்களாய் - நம்பியவர்களாய் ஊக்கமுடன் பாடுபட்டு வெற்றியடைவார்கள் என்பதில் சந்தேகமேயில்லை. ஆகவே, ஊக்கமாக உழைப்பதற்கு நிகர் எதுவுமேயில்லை.

ஆக்கம் இழந்தேம்என்று அல்லாவார் ஊக்கம்
ஒருவர்தம் கைத்துடை யார் 593

எப்படியும் பொருளை அடைந்தே தீருவோம் என்ற மன ஊக்கத்தால் உழைக்க ஆரம்பிப்பவர்கள் நிச்சயமாக வெற்றியடைந்தே தீருவார்கள் என்பதில் ஐயமே இல்லை.

ஒருவனிடம் ஊக்கம் மட்டும் இருந்தால் போதும்; அவன் எந்த நிலையிலும் கலங்கவே மாட்டான். அவன் என்றுமே சோம்பியிருக்க மாட்டான். அவன் மேற் கொள்ளும் செயல் ஒவ்வொன்றிலும் ஊக்கமுடன் பாடுபடுவான். எனவே அவனுக்கு வெற்றிகள் வந்தவண்ணம் இருக்கும்.

இவ்விதமாக அவன் எந்தச் செயலை மேற்கொண்டாலும் ஊக்கமுடன் உழைத்து வருவதால் அவன் வாழ்வில் அவன் எதிர்பார்க்காத அளவு முன்னேற்றம் நிச்சயமாக ஏற்படும்.

இதைத்தான் வள்ளுவர் பெருமான், 'ஆக்கம் அதர்வினாய்ச் செல்லும்' என்று கூறுகிறார். ஆக்கமானது அதுவாக அவனை நாடிச் செல்லுமாம். அத்தகைய ஊக்கமுடையவன் இருக்கும் இடத்தைத் தேடிக்கொண்டு செல்லுமாம். காரணம் அவனுடைய ஊக்கமேயாகும். 'அசைவிலா ஊக்கம் உடையானுழை' என்று கூறித் தளராத ஊக்கமுடன் பாடுபடுபவர்களைப் பற்றிச் சிறப்பித்துக் கூறுகிறார். ஆக, ஊக்கம் மட்டும் இருந்தால் போதாது, அது அசைவிலா ஊக்கமாகவும் இருக்க வேண்டும். அப்போதுதான் உழைப்பால் வந்த ஆக்கம் மிகப் பெரியதாக அமையும்.

ஒவ்வொருவரும் உயர்வு பெறுவதற்கு அவர்களுடைய உழைப்புதான் காரணமாகும். இந்தப் பேருழைப்பானது அவர்களின் ஊக்கத்தை அடிப்படையாகக் கொண்டதாகும். உயர வேண்டும், மற்றவர்களுக்கு எடுத்துக்காட்டாக விளங்கிட வேண்டும் என்று உறுதியாக நம்பினால் நிச்சயமாக அவன் முன்னேற முடியும். அவென் உள்ளத்தில் ஏற்படும் கிளர்ச்சியானது

ஊக்கமுடன் செயல்பட வேண்டும் என்ற கிளர்ச்சியானது அவனை உயர்ந்த நிலைக்குக் கொண்டு போய்விடும்.

ஒருவன் தன்னுடைய உழைப்பால், ஊக்கம் நிறைந்த உழைப்பால் முன்னேற வேண்டும். இந்த ஊக்கத்திற்குக் காரணம் அவனுடைய உள்ளமாகும். அவனுடைய உள்ளத்தைப் பொறுத்துதான் அவனுடைய உயர்வு இருக்கும்.

சோம்பித் திரிபவன் இறுதிவரை சோம்பல் மிகக் கொண்டவனாகவே இருப்பான். அவனுடைய உள்ளம்தான் இதற்குக் காரணமாகும். உள்ளத்தில் புத்துணர்வு பெற்றவனாக அவன் உழைக்க ஆரம்பித்தால் அவன் நிச்சயமாக ஒளிவிட்டுப் பிரகாசிப்பான்.

ஆக, உள்ளமே அனைத்திற்கும் காரணமாக அமைகிறது. அவனுடைய உயர்வுக்கும் தாழ்ச்சிக்கும் அவனுடைய உள்ளமே காரணமாகும். இதை நல்லதோர் உதாரணம் மூலம் நமக்கு விளக்குகிறார்.

குளத்தில் மலரின் நீட்டமானது அதன் வெள்ளத்தின் அளவைப் பொறுத்ததாகும்.

'வெள்ளத் தனைய மலர் நீட்டம்' என்று இதனால்தான் கூறுகிறார். தண்ணீர் குளத்தில் பெருகப் பெருக மலரும் (தாமரை, அல்லி போன்றவை) அந்தக் குளத்திலுள்ள நீரின் அளவுக்குத் தலையைத் தூக்கிக்கொண்டுதான் நிற்கும். தண்ணீர் வற்ற ஆரம்பித்தால் அதற்குத் தக்கதாகக் காட்சி யளிக்கும்.

இதைப் போலத்தான் மக்கள் தங்கள் வாழ்க்கையில் முன்னேறுவதும் அவர்களின் உள்ளத்தைப் பொறுத்ததுதான் என்று கூறுகிறார்.

வெள்ளத் தனைய மலர்நீட்டம் மாந்தம்
உள்ளத் தனையது உயர்வு 595

உள்ளத்தனையது உயர்வு என்று குறிப்பிடப்படுவது அவர்களில் ஊக்கமுடைமையைப் பொறுத்தது என்று பொருள் கொள்ள வேண்டும்.

ஊக்கமுடையவர்கள் வாழ்க்கையில் உயருவோமோ உயர மாட்டாமோ என்று சந்தேகப்படவே மாட்டார்கள். நிச்சயமாக முன்னேற முடியும் என்ற தளராத நம்பிக்கையுடன்தான் செயல்பட்டவண்ணமிருப்பார்கள். அதனால் அவர்கள் தங்கள் எண்ணங்களை மிகச் சிறப்பாகத்தான் வளர்த்துக் கொள் வார்கள்.

பொதுவாக ஊக்கமுடையவர்கள் இப்படித்தான் உயர்ந்த நிலையில் தங்கள் வாழ்வு அமையும் என்று எண்ணுவார்கள்; இவ்விதம்தான் எண்ணவும் வேண்டும். நம்மால் முன்னேற முடியுமா, எங்கே நாம் உயர்ந்த நிலைக்குச் செல்லப் போகிறோம் என்று அவர்கள் எண்ணவே மாட்டார்கள். காரணம் அவர்கள் ஊக்கமுடையவர்களாவர்.

மிகவும் உயர்ந்த நிலைக்குச் செல்ல முடியும் என்றோ செல்ல வேண்டும் என்றோ எண்ணினால் அதுபற்றி தவறு இல்லை. இவ்விதமாக எண்ணி உழைத்து வரும்போது, அதாவது பேரூக்கமுடன் உழைத்து வரும்போது ஒருகால் அவர்கள் எண்ணிய அளவுக்குச் செல்ல முடியா விட்டாலும் முக்கால் பாகத்திற்காவது அப்போதுதான் செல்ல முடியும். ஆகவே, எண்ணங்கள் மட்டும் மிகவும் உயர்ந்தவையாக, சிறந்தவையாகத்தான் இருக்க வேண்டும்.

உள்ளுவ தெல்லாம் உயர்வுள்ளல் மற்றது
தள்ளினும் தள்ளாமை நீர்த்து 596

எப்போதுமே நமது எண்ணங்கள் உயர்ந்தவையாகத்தான் இருக்க வேண்டும். ஊக்கமுடையவர்கள் இதுபோலத்தான் எண்ணுவார்கள்; எண்ணவும் வேண்டும் என்பதாம்.

ஊக்கமுடன் பாடுபவர்களுக்கும் பின்னடைவு சில பல காரணங்களால் வர நேரலாம். இவ்விதம் ஏற்பட்டதும் உடனடியாகத் தளர்ச்சியடைந்து விடக்கூடாது. இதுபோன்ற துன்ப நிலைகள் வரத்தான் செய்யும். இதையெல்லாம் பொருட்படுத்தக் கூடாது என்று எண்ணியவர்களாய் மேன்மேலும் பாடுபட்டவண்ணம்தான் இருக்க வேண்டும்.

போர் முகத்தில் யானையானது, தன்மீது பாயும் அம்புகளைப் பற்றிக் கவலைப்படாமல் முன்னேறித்தான் செல்லும். தன்மீது அம்புகள் பாய்ந்து கொண்டிருக்கும் நிலையிலும் தளர்ச்சி கொள்ளாமல் முனைப்புடன் முன்னேறிச் சென்று கொண்டுதான் இருக்கும். இது யானையின் தனிக்குணமாகும். இதைப்போலத் துன்பம் வந்த நிலையிலும் தளர்ச்சியடையாமல் முன்னேறிச் சென்றவண்ணம்தான் இருக்க வேண்டும். அப்போதுதான் முன்னேற முடியும். எந்த நிலையிலும் ஊக்கத்தைக் கைவிடக் கூடாது.

முயற்சியுடையவர்கள், ஊக்கமுடன் செயல்பட்டு வாழ்வில் வெற்றி பெற வேண்டும் என்ற தளராத எண்ணம் கொண்டவர்கள் எந்த நிலையிலும் சோர்வடையவே மாட்டார்கள்.

இதைத்தான் வள்ளுவர் பெருமான், ‘சிதை விடத்து ஒல்கார் உரவோர்’ என்று கூறுகிறார்.

உரவோர், அதாவது ஊக்கமுடையவர்களாக இருப்பவர்கள் சிதைவிடத்தில் துன்பத்தைப் பற்றி எண்ணித் தளர்ச்சியடைந்து விடக்கூடாது என்பதை உணர்த்தவேதான் ‘புதை அம்பின் பட்டுப் பாடு ஊன்றும் களிறு’ என்று குறிப்பிட்டு, அம்புகள் சரமாரியாக வந்து தாக்கினாலும் கூட யானையானது அவைகளையெல்லாம் பொருட்படுத்தாமல் முன்னேறியவண்ணம் சென்றுகொண்டுதான் இருக்கும் என்பதை உணர்த்தினார்.

துன்பங்கள் வரத்தான் செய்யும், உடனே தளர்ச்சி யடைந்து விடக்கூடாது. தளர்ச்சி என்ற பேச்சு இன்றி நமது செயலில் ஈடுபட்ட வண்ணம் இருக்க வேண்டும். இதைத்தான் ஊக்கமுடைய வர்கள் மேற்கொள்வார்கள்.

எதிர்த்துச் செல்லும் யானையின் மீது அம்புகள் பாய்ந்தவண்ணம் இருந்தாலும் அது பொருட்படுத்தாமல் முன்னேறிச் செல்வதைப்போல, துன்பம் வந்த நிலையிலும் அதைப் பொருட்படுத்தாமல் முன்னேற்றத்தையே குறிக்கோளாகக் கொண்டு செயல்பட வேண்டும்.

என்றுமே ஊக்கமுள்ளவர்களாகத் திகழ வேண்டும். இவ்விதம் ஊக்கமுடையவர்கள்தான் பிறருக்குக் கொடுத்துப் பெருமையடைவார்கள். இவர்களால்தான் பிறருக்குக் கொடுக்கவும் முடியும். ஊக்கமுடன் உழைத்துப் பொருளீட் டினால்தான் அவர்கள் நினைத்தவண்ணம், விரும்பிய வண்ணம் பிறருக்குக் கொடுத்து நிறைவடைய முடியும்.

ஊக்கமுடையவர்களால்தான் நன்றாக உழைத்து அதன்மூலம் கிடைக்கும் பொருளைப் பிறருக்குக் கொடுத்துப் பெருமையுடன் வாழ முடியும்.

பிறருக்குக் கொடுக்க வேண்டும் என்ற நல்ல மனம் மட்டும் இருந்தால் போதாது, ஊக்கமுடன் செயல்பட்டு அதன் மூலம் பொருள் பெற்றுப் பிறருக்குக் கொடுக்க வேண்டும். வருவாய் இல்லாமல் பொருளைக் கொடுத்தால் குறிப்பிட்ட ஒரு நிலைக்கு மேல் கொடுக்க முடியாது. பொருள் இருப்பது வரைதான் கொடுக்க முடியும்.

ஊக்கமுடன் உழைத்து அதன்மூலம் வரும் பொருளைக் கொண்டு மகிழ்ச்சியுடன் கொடுத்தவண்ணம் இருக்கலாம்.

உள்ளம் இலாதவர் எய்தார் உலகத்து
வள்ளியம் என்னும் செருக்கு   598

பிறருக்குக் கொடுக்க வேண்டும் என்ற பெருமித எண்ணம் மட்டும் இருந்தால் போதாது. நல்ல உழைப்பும் வேண்டும். இவ்விதமாக உழைத்துப் பொருளீட்ட நல்ல ஊக்கமும் தேவை.

யானை உருவத்தால் எவ்வளவோ பெரியதுதான். நல்ல வலிமையான உடலைப் பெற்றுச் சிறப்பதுதான். ஆனால் புலியோ யானையை விடவும் உருவத்தில் சிறியதுதான்; ஆனாலும் ஊக்கத்தில் யானையை விடவும் சிறந்தது.

ஊக்கம் வேறு, பலம் வேறு. போதிய பலமும் உடற் கட்டும் இல்லாதவர்கள் எவ்வளவோ பேர்கள் தங்களுடைய ஊக்கத்தால் பெரும் சாதனையாளர்களாகச் சிறந்து விளங்குகிறார்கள. இவர்கள் செயற்கரிய செயல்களைச் செய்யும் ஆற்றல் பெற்றவர்களாகத் திகழ்கிறார்கள்.

காட்டில், புலியின் தாக்குதலுக்குப் பயந்தே யானைகள் கூட்டம் கூட்டமாகத்தான் வாழும். என்னதான் உடல் பலத்தில் யானை சிறந்து விளங்கினாலும் புலி இலகுவில் யானையை அடித்து வீழ்த்திவிடும். ஆகவே, புலியைக் கண்டால் யானைக்கு உள்ளூர அச்சம்தான்.

பரியது கூர்ங்கோட்டது ஆயினும் யானை
வெரூஉம் புலிதாக் குறின் 599

புலி தாக்க ஆரம்பித்தால் யானை அச்சமடையக் காரணம் அதற்குப் போதிய ஊக்கம் இல்லாமையே ஆகும்.

ஊக்கமுடையவர்களே எங்கும் சிறந்து நிற்பார்கள். ஆகவே ஊக்கமுடன் செயல்பட வேண்டும்; ஊக்கத்தையும் வளர்த்து வரவேண்டும்.

உருவத்தில் பெரியது மட்டுமன்றிக் கூர்மையான கொம்புகளை உடையதுதான் யானை. இருந்தாலும் புலி வெற்றி பெறுவதன் காரணம் அதனுடைய ஊக்கமேயாகும் என்பதில் சந்தேகமே இல்லை.

ஊக்கமுடைமைதான் ஒருவர்க்கு உண்மையான செல்வமாகும். இதுமட்டும் ஒருவனிடம் இல்லாமல் இருந்தால் அவன் மரத்திற்கே சமமாவான்.

மக்களாகப் பிறந்தோர் நல்ல ஊக்கமுடையவர்களாகத் திகழ்ந்து நன்றாக உழைத்து வாழ்வில் ஒளி விட்டுப் பிரகாசிக்க வேண்டும். ஊக்கமில்லாதவர்களாக வாழ்ந்து பூமிக்குப் பாரமாக இருந்து பின்னர் செத்து மடிவதில் பொருளே இல்லை.

ஊக்கமுடையவர்கள்தான் சாதனைகள் புரிவதில் முன் நிற்பார்கள்; அவர்களால்தான் முடியவும் செய்யும். மக்கள் உருவத்தில் மரங்களாக வாழாமல் செயல்களிலும் மக்களாக வாழ வேண்டுமானால் கண்டிப்பாக ஊக்கமுடன் செயல் பட்டே ஆகவேண்டும்.

தன்னால் சாதிக்க முடியாதது எதுவுமே இல்லை என்ற உணர்வுடன் செயல்படுவோர் நிச்சயமாகப் பிறர் வியக்கும்வண்ணம் சாதனை வீரர்களாகத்தான் திகழ்வார்கள் என்பதில் சந்தேகமேயில்லை.

உரம்ஒருவர்க்கு உள்ள வெறுக்கை அஃதில்லார்
மரம்மக்கள் ஆதலே வேறு 600

ஊக்கம் மிகவுடையவர்களாகத் திகழ்பவர்கள்தான் தங்கள் இலட்சியத்தை வென்றடைவார்கள். பிறருக்கும் உதவுவார்கள். மரம் என்ன செய்யும், நின்ற இடத்திலேயே நின்றுகொண்டு நிழலைக் கொடுககும். ஆண்டிற்கு ஒருமுறை கனிகளையும் கொடுக்கும். ஊக்கமுடையவர்கள் தங்கள் அரும்பெருஞ் செயல்களால் எப்போதுமே பிறருக்கு உதவியவண்ணம் இருப்பார்கள். மக்களாகப் பிறந்தவர்கள் இவ்விதம் உதவியவண்ணம்தான் இருக்க வேண்டும்.

❋

15. மடியின்மை

ஊக்கமுடைமை என்னும் அதிகாரத்திற்கு அடுத்ததாக 'மடியின்மை' என்ற அதிகாரத்தை வைத்து மக்கள் சோம்பலின்றி வாழ்ந்தால்தான் அவர்கள் தங்கள் எண்ணம் போலச் சிறந்து விளங்க முடியும் என்பதை எடுத்துரைக்கிறார்.

எண்ணிய காரியங்கள் அனைத்தையும் சிறப்புறச் செய்து முடிப்பதற்குச் சோம்பல் என்பது கூடவே கூடாது என்பதை மக்கள் அனைவரும் புரிந்துகொள்ள வேண்டும் என்று எடுத்துரைத்துள்ளார்.

சோம்பல் இல்லாத வாழ்க்கைதான் சுபம் தரும் வாழ்க்கையாகும் என்பதை மக்கள் அனைவரும் உணர வேண்டும் என்று பெரிதும் விரும்பினார்.

குடிமக்கள் ஒவ்வொருவரும் சோம்பலின்றி வாழ வேண்டும் என்று உணர்த்த வந்த வள்ளுவர் பெருமான், குடிமகள் ஒருவன் சோம்பலுடன் வாழ்வானானால் அந்த குடி அழிந்து விடும் என்பதைக் கூறுகிறார்.

நல்ல குடியில் பிறந்த ஒருவன் சோம்பல் சிறிதுமின்றி உழைத்து வந்தால், அவன், தான் பெற்ற முன்னேற்றத்தின் மூலம் மற்றவர்களையும் வாழவைக்கத் துணையாக இருப்பான். இவ்விதமாக ஒவ்வொருவரும் சோம்பல் சிறிதுமின்றி உழைத்து வந்தால் இந்தச் சமூகம் சிறப்படையும் என்பது வள்ளுவர் பெருமானின் எண்ணமாகும்.

மாறாக குடிமகன் சோம்பலுடையவனாக இருந்தால் அவன் மட்டுமன்றி அந்தக் குடியே கெட்டழிந்து விடும் என்பதை உணர்த்துகிறார்.

குடிஎன்னும் குன்றா விளக்கம் மடிஎன்னும்
மாசுஊர மாய்ந்து கெடும் 601

தாம் பிறந்த குடியென்னும் குன்றா விளக்கின்மீது சோம்பல் என்று சொல்லக்கூடிய மாசு படியுமனால் அந்த விளக்கின் ஒளியானது சிறிது சிறிதாகக் குறைந்து கொண்டே வந்து கடைசியில் அணைந்து விடும் நிலைக்கு வந்துவிடும்.

இவ்விதமாக, எதற்குச் சோம்பல் நிறைந்த வாழ்க்கை வாழ வேண்டும், ஏன் அந்தக் குடி கெட்டுப் போகவேண்டும்? சோம்பலின்றி வாழ்ந்து வந்தால் எவ்வளவோ நலமாக அந்தக் குடி சிறந்து விளங்குமே!

சோம்பலின்றி ஒவ்வொரு குடிமகனும் வாழ்வதில் என்ன குறைந்துவிடும்? உழைத்துப் பொருளீட்டும் எண்ணமில்லாதவர்கள் எப்படித் தன் குடும்பத்தை வைத்து நிம்மதியுடன் வாழ்வார்கள்?

ஒரு குடும்பம் சிறப்பாக அமைய வேண்டுமானால் அந்தக் குடியிலுள்ளோர் அனைவரும் நன்றாக உழைத்திட வேண்டும். இவ்விதம் உழைக்க விரும்புபவர்கள் நிச்சயமாகச் சோம்பலின்றி உழைப்பார்கள்; உழைக்க வேண்டும். அவர்கள் யாருமே சோம்பலுக்கு அடிமையாகி விடக்கூடாது என்பதை உணர்த்திய வண்ணமுள்ளார்.

மடியை மடியா ஒழுதல் குடியைக்
குடியாக வேண்டு பவர் 602

தான் பிறந்த குடியை உயர் குடியாக ஆக்க வேண்டும் என்ற எண்ண கொள்பவர்கள் மடியை (சோம்பலை) மடியச் செய்வது முக்கியமாகும்.

குடிப் பெருமையைக் காப்பாற்றிட எண்ணம் கொள்பவர்கள் நல்ல முயற்சிகளை மேற்கொள்ள வேண்டும். இவ்விதமாக முயற்சி மேற்கொண்டு உழைக்காமலிருந்தால் அந்தக் குடும்பம் முன்னேறாது. ஆகவே மடியை மடியச் செய்யவே வேண்டும். அதாவது சோம்பலை அழிக்க வேண்டும்.

சோம்பலுடையவனால் அவன் சார்ந்த குடி அழியும் என்பதில் சந்தேகமேயில்லை. சிலர் எப்போதும் சோம்பலாகவே இருந்துகொண்டு வறுமை என்று கூறுவதில் பொருளே இல்லை. எத்தனையோ குடும்பங்கள் இதுபோன்ற காரணத்தால் அழிந்திருக்கின்றன. சோம்பல் சிறிதுமின்றி உழைப்பவர்கள்தான் வாழ்வில் நலம் பெற்றுச் சிறக்க முடியும். அவர்கள்தான் வாழ்க்கையில் ஒளி விட்டுப் பிரகாசிப்பார்கள்.

சோம்பலின்றி நாளெல்லாம் உழைத்தாலும் வாழ முடியாத நிலையில் சோம்பல் கொண்டவர்களாய் வாழ்ந்து வந்தால் குடும்பம் என்னாவது?

மடிமடிக் கொண்டொழுகும் பேதை பிறந்த
குடிமடியும் தன்னினும் முந்து 603

மடியை (அதாவது சோம்பலை) தன் மடியில் கட்டிக்கொண்டு திரிபவன் குடும்பம் அவன் சோம்பலால் வாழ்ந்து சிறுகச் சிறுகச் செத்து மடிவதற்கு முன்னால் மடிந்து விடும்.

'மடியை மடிகொண்டு' என்பது சோம்பலை, வேட்டி முனையில் கட்டிக்கொண்டு என்பது பொருளாகும். வேட்டி முனைக்கு 'மடி' என்று பெயர். வேட்டியைக் கட்டிக்கொண்டு பத்திரமாக வேட்டி முனையில் மடியையும் விடாமல் சேர்த்துக் கட்டிக்கொண்டு ஒரு வேலையையும் செய்யாமல் இருத்தல் என்பது பொருளாகும்.

சோம்பலுடன் வாழ்பவர்களால் எவ்வளவு தொல்லைகள்! அந்தக் குடும்பம் நாளடைவில் சின்னாபின்னமாகி விடும்.

இவ்விதமாக இருக்கவும் பின்னர் அந்தக் குடியே காலப் போக்கில் அழிந்து விடும். சோம்பலில் உழல்பவர்கள் பல குற்றங்களுக்கு ஆளாகிப் பெரும் துன்பம் அடைவார்கள். மடியினால் ஏற்படும் தொல்லைகள் ஒன்றிரண்டல்ல.

குடிமடிந்து குற்றம் பெருகும் மடிமடிந்து
மாண்ட உநற்றி லவர்க்கு 604

குடும்பத் தலைவனுடைய சோம்பேறித்தனத்தால் அந்தக் குடும்பப் பெயரே கெடும். அவன் வேலை வெட்டி இல்லாம லிருந்து வருவதன் மூலம் பல குற்றங்களுக்கு ஆளாவான். இவ்விதமாக அந்தக் குடும்பமே அழிந்து போகும்.

தாம் மேற்கொண்ட செயல் எதுவாயினும் அதைக் காலம் தாழ்த்திச் செய்தலும், அளவுக்கு அதிகமான மறதியும், சோம்பலும், பகலில் தூங்கிப் பொழுதை வீணாகக் கழிப்பதும் தம்மைத் தாமே அழித்துக் கொள்ள முனைபவர்கள் ஏறிச்செல்லும் மரக்கலமாகும்.

மேற்குறிப்பிட்ட நான்கும் மிகவும் மோசமான குணங்கள் என்பதைக் கூறாமல் கூறுகிறார். இந்த நான்கு கெட்ட குணங் களும் ஒருவனிடமிருந்தால் அவனுடைய குடி என்னவாகும்?

நெடுநீர் மறலி மடிதுயில் நான்கும்
கெடுநீரார் காமக் கலன் 605

ஒரு செயலை வேண்டுமென்றே தாமதமாகச் செய்தால் அந்தச் செயலை எப்போது முடிக்க முடியும்? இதைப்போல மறதியும் ஒருவனுடைய வாழ்க்கையை முன்னேறாமல் செய்வதாகும். மடியைப் பற்றிக் கேட்கவே வேண்டாம். எந்த வேலையையும் செய்யாமல் பகலில் தூங்கி எழுவது என்பது முன்னேற்றத்தின் முதல் எதிரி. இவைகளையெல்லாம் கொண்டவன் எவ்விதம் முன்னேறுவான்? இவனுடய குடி என்னவாகும்?

மடியுடைய ஒருவனுக்கு ஆதரவாக எவ்வளவு செல்வாக்குப் பெற்றவர்கள் இருந்தாலும் என்ன பயன் ஏற்படும்? அவர்கள் தங்கள் ஆதரவைத் தெரிவிப்பார்களே தவிர இவனல்லவா வேலை செய்ய வேண்டும்? எனவே, மடியைக் கைவிட்டு உழைக்கும் எண்ணமுடன் செயல்பட்டால்தான் அவன் சார்ந்த குடி சிறந்து விளங்கும்.

படிஉடையார் பற்றமைந்தக் கண்ணும் மடிஉடையார்
மாண்பயன் எய்தல் அரிது 606

மடியுடைய ஒருவன் மாண்பயன் பெற வேண்டுமானால் அவன் தன் மடியை விட்டொழிக்க வேண்டும்; வேறு வழியே இல்லை. அவனுக்கு ஆதரவாக எவ்வளவு பெரிய ஆற்றலுள்ளவர்கள் இருந்தும் பயனில்லை.

எந்த வேலையையும் செய்யாமல் சோம்பலாய் ஊரைச் சுற்றிக் கொண்டிருப்பவர்கள் ஊராரால் இகழப்படுவார்கள். நண்பர்களும் நாளடைவில் உதாசீனப்படுத்துவார்கள். இவ்விதம் பலவிதத் தொல்லைகளுக்கும் மனத்துயரங்களுக்கும் ஆளாவார்கள்.

இடிபுரிந்து எள்ளும்சொல் கேட்பர் மடிபுரிந்து
மாண்ட உஞற்றி யவர் 607

சோம்பல் கொண்டவராய் ஊரைச் சுற்றித் திரிபவனைப் பார்த்துப் பலரும் பலவிதமாகப் பேசத்தான் செய்வார்கள்; எந்த ஊனமும் இல்லாத இவன் ஏதாவது வேலை பார்த்தால் என்ன என்று கூறத்தான் செய்வார்கள். இவ்வாறெல்லாம் ஏச்சும் பேச்சும் கேட்டுக்கொண்டு எதற்காக வாழ வேண்டும்? ஏதாவது ஒரு வேலை செய்து பிழைக்கலாமே!

இவ்விதம் சோம்பலால் ஊரைச் சுற்றிக் கொண்டு திரிபவர்களை அவர்களுடைய பகைவர்கள் எளிதில் வென்று விடுவார்கள். எவ்வளவு உயர்ந்த குடியில் பிறந்திருந்தாலும் சோம்பலுடன் சுற்றிக் கொண்டிருப்பவன் வாழ்வு சீர்குலைந்த

ஒன்றாகவேதான் இருக்கும். அவர் மட்டுமன்றி அவனைச் சார்ந்தோரும் கூடச் சோம்பேறியாகி விடுவார்கள் என்பதில் சந்தேகமில்லை.

மடிமை குடிமைக்கண் தங்கின்தன் ஒன்னார்க்கு
அடிமை புகுத்தி விடும் 608

எவ்விதமும் அரிதில் முயன்று சோம்பலை விட்டொழித்து விட்டால் அவனுக்கு மட்டுமன்றி அவனுடைய குடும்பத் திற்கும் ஏற்பட்ட கெட்ட பெயர் நீங்கும்.

சோம்பலை மேற்கொண்டு வந்த ஒருவன் அதை விட்டு உழைக்க ஆரம்பித்து அனைவராலும் பாராட்டப்படுமளவில் நடந்து வந்தால் நற்பெயர் ஏற்படுவதுடன், அனைவராலும் பாராட்டப்படவும் செய்வான். அவன்மீது அதுவரையிருந்து வந்த பழியும் நீங்கக் காணலாம்.

குடியாண்மை உள்வந்த குற்றம் ஒருவன்
மடிஆண்மை மாற்றக் கெடும் 609

தன்னிடமிருந்த சோம்பலை ஒழித்து அவனும் மற்றவர் களைப் போல நடந்து வந்தால் முதலில் அவனுக்கு மதிப்பு ஏற்படும். பின்னர் அவன் பிறந்த குடி பெருமை அடையும்; இவ்விதமாக எல்லாமே நன்மையாக முடியும்.

❈

16. ஆள்வினையுடைமை

'ஆள்வினை' என்பது செயலைத் திறம்படச் செய்தல் என்ற பொருளுடையதாகும்.

முந்திய அதிகாரத்தில் சோம்பலின்றிச் செயல்புரிய வேண்டும் என்று கூறப்பட்டது. சோம்பலானது அறவே நீங்கிய பின்னர் செய்யப்படும் செயல் பற்றி ஆள்வினை உடைமையில் கூறப்படுகிறது.

எந்தச் செயலைச் செய்ய ஆரம்பிக்கும் முன்னரும் அந்தச் செயலில் வெற்றி காண வேண்டும் என்ற திடமான எண்ணம் எழ வேண்டும். இந்த எண்ணம் மனதில் ஏற்பட்டால் நிச்சயமாக வெற்றியடைந்து விடலாம்.

எந்தச் செயலைச் செய்வதற்கு முன்னரும் நல்ல முறையில் திட்டமிட ண்டேும் என்பது மிகவும் முக்கியமாகும்.

எந்தப் பொருளையும் நாம் அடைவதற்கு மிக அருமையானது என்றோ எவ்விதம் அடையப் போகிறோமோ என்ற எண்ணமோ கொள்ளக்கூடாது. அந்தப் பொருளை அடைய வேண்டும் என்ற முயற்சியே அந்தப் பொருளைக் கொடுக்கக் கூடியதாகும்.

அருமை உடைத்தென்று அசாவாமை வேண்டும்
பெருமை முயற்சி தரும் 611

எந்தச் செயலையும் செய்யும் முன்னால் தீர ஆராய்ந்து தான் செய்யத் தொடங்க வேண்டும். இவ்விதமாக ஆரம்பிக்கும்

செயலைச் செய்து முடிக்காமல் குறையுடன் நிறுத்தி விடக்கூடாது. எந்தச் செயலையும் முழுவதுமாகச் செய்து முடிக்காமல் இடையில் நிறுத்துவதால் எந்தவிதப் பயனும் ஏற்படாது.

எந்தச் செயலையும் முழுமையாகச் செய்யாமல் பாதியில் விட்டவரை இந்த உலகத்தார் போற்றிட மாட்டார்கள். அந்தச் செயலைச் செய்து முடிக்க அதுவரையிலும் மேற்கொண்ட முயற்சிகள் அனைத்தும் வீணாகி விடும். அந்தச் செயலுக்காகச் செய்யப்பட்ட ஆராய்ச்சி, செயல் திறம் இவை மட்டுமன்றி இவைகளுக்கு மூலாதாரமாக உள்ள அறிவு என்ற மூன்றுமே பழுதுபட்டவையாகவும் முடியும்.

வினைக்கண் வினைகெடல் ஓம்பல் வினைக்குறை
தீர்ந்தாரின் தீர்ந்தன்று உலகு 612

பொதுவாக, நல்ல முயற்சி உடையவர்களால்தான் பிறருக்குத் தாராளமாக உதவி செய்ய முடியும். முயற்சி மேற்கொள்ளாதவர்களிடம் எதுவுமே நிலைத்திருப்பதும் இல்லை; அதாவது பொருளோ உயர் பதவியோ வந்து சேருவதும் இல்லை. இவை போன்றவை இல்லை என்றால் பிறருக்கு எவ்விதம் உதவி செய்ய முடியும்? முயற்சி உடையவர்கள் என்றுமே சிறந்து விளங்குவார்கள். அவர்களை விட்டுப் பதவியும் பொருளும் நீங்கிச் சென்று விட்டாலும் இத்தகையோர் கவலைப்பட மாட்டார்கள். அவர்கள் மேற்கொள்ளும் அரும்பெரும் முயற்சிகள் அவர்களை என்றும் வாழவைக்கும்.

தாளாண்மை என்னும் தகைமைக்கண் தங்கிற்றே
வேளாண்மை என்னும் செருக்கு 613

எல்லாருக்கும் உதவி செய்ய வேண்டும் என்ற பேராவலானது சிறந்த முயற்சி என்று கூறப்படும் உயர்ந்த நெறியில்தான் உள்ளது.

பிறருக்கு உதவி செய்து அவர்களின் துன்பங்களைப் போக்க வேண்டும் என்ற உயர்ந்த எண்ணமானது போற்றப்படுவதற்குரியதாகும். இவ்விதம் ஒருவருக்கு நல்ல எண்ணம் மட்டும் இருந்தால் போதாது; குறையாத பெருமுயற்சியும் கண்டிப்பாக வேண்டும்.

முயற்சி மேற்கொள்ளாமல், அதன் மூலம் வரும் பொருள் இல்லாமல் தன் கையிலுள்ள பொருளை வைத்து எத்தனை நாட்களுக்குக் கொடுத்துக் கொண்டிருக்க முடியும்? அவ்விதம் கொடுக்க முனைந்தால் அவன் தன் கைப்பொருள் இழப்பதோடு அவனும் அழிவான்.

முயற்சி இல்லாதவர்கள் பிறருக்கு உதவிட எண்ணுவது அறியாமையாகும். பேடியின் கையிலுள்ள வாள் அவனுக்குப் பயன்படாது; எதிரி, அந்த வாளை அவனிடமிருந்து வாங்கி அவனையே அழிக்க முயலுவான்.

தாளாண்மை இல்லாதான் வேளாண்மை பேடிகை
வாளாண்மை போலக் கெடும் 614

முயற்சி இல்லாத ஒருவன் பிறருக்கு உதவி செய்ய வேண்டும் என்று எண்ணுவதென்பது போர் முகத்தில் எதிரியைக் கண்டதுமே அஞ்சி நடுங்கும் கோழையொருவன் தன் கையில் வாளை வைத்துக் கொண்டிருப்பது போன்ற தாகும்.

பேடி கையிலுள்ள வாளால் அவனுக்கு எந்தப் பயனும் இல்லை. இதைப்போல முயற்சி இல்லாதவர்களால் எந்த உதவியையும் யாருக்கும் செய்ய முடியாது.

நல்ல முயற்சி உடையவர்கள், தங்கள் சுற்றத்தாரின் துன்பங்களைப் போக்குபவர்களாக என்றுமே சிறந்து விளங்குவார்கள். இவர்கள் தங்கள் நலத்தைப் பற்றிக் கவலைப்பட மாட்டார்கள். தம்மால் தம் சுற்றத்தார் வாழ வேண்டும் என்றுதான் விரும்புவார்கள். இவ்விதம் நன்

முயற்சிகளை மேற்கொண்டு சிறந்து விளங்குபவர்கள் தங்களுடைய சுற்றத்தாரின் துன்பங்களாகிய பாரத்தைத் தாங்கும் தூணாவார்கள்.

இன்பம் விழையான் வினைவிழைவான் தன்கேளிர்
துன்பம் துடைத்தூன்றும் தூண் 615

நல்ல மயற்சிகளை மேற்கொள்ள வேண்டும்; அப்போது தான் பிறருக்கு உதவிட முடியும். தம்முடைய இன்பத்தைப் பற்றிக் கவலைப்படாமல் தம் சுற்றத்தாரின் துயரங்களைப் போக்கிட விரும்புபவர்கள் நல்ல முயற்சிகளை மேற் கொள்வதன் மூலம் அவர்களுக்கு உதவிடுவார்கள்; சுற்றத்தாரின் துன்பங்களையெல்லாம் தாங்கிக் கொள்வார்கள்.

முயற்சியுடையவர்கள் தங்கள் செயல்களை எந்தவித எதிர்பார்ப்புமின்றிச் செய்தவண்ணமிருப்பார்கள். அவர் களுடைய நோக்கமெல்லாம் தாம் மேற்கொண்ட செயல்களில் முனைப்புடன் ஈடுபடுவதே ஆகும். இவ்விதம் பாடுபடும்போது அவர்கள் எதிர்பாராதவண்ணம் செல்வம் வந்துசேரும் என்பதில் ஐயமில்லை.

முயற்சி இல்லாதவர்கள், முயன்று பாடுபட்டு மேன் மேலும் செல்வத்தைப் பெருக்கிக் கொள்ள விரும்பாதவர்கள் துன்பமே அடைவார்கள். அவர்களை அறியாமலே வறுமை தான் வந்து சேரும்.

முயற்சி செய்து முன்னேறிட வேண்டும் என்று துடித்து நிற்பவர்களிடம்தான் செல்வம் வந்து சேரும்.

முயற்சி திருவினை யாக்கும் முயற்றின்மை
இன்மை புகுத்தி விடும் 616

முயற்சியானது எல்லாச் செல்வர்களையும் (நலன் களையும்) தாராளமாகத் தருவதாகும். முயற்சியற்ற தன்மை துன்பங்களைத் (வறுமையை)தான் கொண்டு வரும்.

ஒருவனிடம் சோம்பல் குடி கொண்டு விட்டால் அவனுக்கு முன்னேற்றம் ஏற்படுவதில்லை. சோம்பலைத் துறந்தவனாய் நல்ல முறையில் முயற்சி மேற்கொண்டால்தான் அவனுடைய வாழ்க்கையில் குன்றாத வளர்ச்சி ஏற்படும். முயற்சி மேற்கொள்ளாமல் தளர்ச்சியடைபவன் வாழ்க்கையில் தாழ்வுதான் ஏற்படும்.

இதை உணர்த்தவே சோம்பலுடையவன் தலையிலே 'மூதேவி' இருக்கிறாள் என்று கூறுகிறார் வள்ளுவர் பெருந்தகை. ஆனால், நல்ல முயற்சியுடையவனது காலடியில் அவன் சொல்லியவண்ணம் குற்றேவல் புரிய 'சீதேவி' காத்திருக்கிறாள் என்றும் கூறுகிறார்.

சோம்பல் கொண்டவனாய் வாழ்பவன் என்றுமே வறுமையில்தான் வாழ்பவனாவான். அவனுடைய வாழ்க்கையில் வளர்ச்சி என்பது கிடையாது. தளர்ச்சி சிறிது மின்றி நல்ல முறையில் முயற்சி மேற்கொள்பவன் என்றுமே நிம்மதியுடனும் நிறைவுடனும் வாழ்வான். அவனுடைய அரும்பெரும் முயற்சிகால் அவன் செல்வத்தைப் பெற்றுச் சிறப்படைவான்.

மடியுளான் மாமுகடி என்ப மடியிலான்
தாளுளாள் தாமரையி னாள் 617

சோம்பல் கூடாது என்பதை அறிவுறுத்தவும், முயற்சி மேற்கொண்டு சிறக்க வேண்டும் என்பதையும் வலியுறுத்தவே 'முகடி'யென்றும், 'தாமரையினாள்' என்றும் கூறியுள்ளார் என்று கொள்ள வேண்டும்.

'நடந்தால் சீதேவி', 'இருந்தால் மூதேவி' என்று கூறிடக் கேட்கலாம்.

நடந்து கொண்டிருந்தால், அதாவது செயல்பட்டுக் கொண்டிருந்தால் செல்வம் வந்து சேரும் என்பதையும், சோம்பி

இருந்தால் வறுமைத் துன்பம்தான் வந்தடையும் என்பதையும் உணர்த்திடவே இவ்விதம் கூறப்படுகிறது.

நன்றாக உழைத்தால் நிச்சயமாகப் பலனுண்டு; அதாவது உழைப்பிற்கு என்றுமே உயர்வுண்டு; மதிப்பும் உண்டு. முயற்சி மேற்கொள்பவர்களுக்கு நல்ல பலன் கிடைத்தே தீரும். இவ்விதம் கருதாமல், ஊழ்வினை என்றும் விதியென்றும் கூறுவதில் பயன் இல்லை. இதை உணர்த்திடவே வள்ளுவர் பெருமான் இவ்விதம் கூறுகிறார்.

தெய்வத்தால் ஆகாது எனினும் முயற்சிதன்
மெய்வருத்தக் கூலி தரும்   619

ஊழின் காரணத்தால் ஒருவன் பொருளைப் பெற முடியாமல் போனாலும்கூட அவன் சோம்பியிருத்தல் கூடாது; முடிந்த அளவு நம்பிக்கையுடன் செயல்பட்டால் கண்டிப்பாக வெற்றிதான் கிடைக்கும். செய்யும் வேலைக்குக் கண்டிப்பாகப் பலனுண்டு. இதை எண்ணிச் சோம்பியிருப்பதை விட்டுச் செயல்பட வேண்டும்.

'ஊழ்வினை' என்று கூறியவர்களாய், எங்கே ஊக்கமுடன் செயல்பட மாட்டார்களோ என்று எண்ணித்தான் 'தெய்வத்தால் ஆகாது எனினும்' என்றார்.

ஊழின் காரணத்தால் ஒரு செயல் தடைபடுமானாலும் அதைப்பற்றிப் பொருட்படுத்தாமல் நல்ல முயற்சி மேற்கொண்டு தீவிரமாகச் செயல்பட்டால் வெற்றியே கிடைக்கும். அதாவது உடலை வருத்தி மேற்கொள்ளும் உழைப்புக்கு ஏற்ற பலன் கிடைத்தே தீரும் என்பதில் ஐயமில்லை.

இவ்விதமெல்லாம் கூறிவந்த வள்ளுவப் பெருமான், நல்ல முறையில் பாடுபடுபவர்கள் நிச்சயமாக ஊழையும் முறியடிப் பார்கள் என்று நல்ல நம்பிக்கையுடன் கூறுகிறார்.

மனச்சோர்வு சிறிதுமின்றித் தீவிர முயற்சி மேற்கொள் பவர்கள் ஊழ் என்ற ஒன்றையும் பின்னடையச் செய்து விடுவார்கள் என்று கூறுகிறார்.

ஊழையும் உப்பக்கம் காண்பர் உலைவின்றித்
தாழாது உஞற்று பவர் 620

ஊழைக்கூடப் பின்னடையச் செய்வதற்கு முடியும் என்பதை இதன்மூலம் உணர்த்துகிறார் வள்ளுவர் பெருமான் என்பதை மனதில கொண்டு அயராது பாடுபட்டு வரவேண்டும்; அப்போதுதான் வாழ்வில் முன்னேற முடியும். முன்னேற்றம் என்பது விதியால் வருவது அல்ல, நமது முயற்சிகளால்தான் என்பதைத் தெரிந்துகொண்டு சோம்பலின்றி உழைப்போம்; வாழ்வில் என்றும் உயர்ந்து நிற்போம்.

❋

17. இடுக்கண் அழியாமை

சோம்பலைத் துறந்து முயற்சி மேற்கொள்ள வேண்டும், ஊழையும் உப்பக்கம் கண்டு வெற்றி பெற வேண்டும் என்றெல்லாம் 'ஆள்வினையுடைமை'யில் கூறப்பட்டு வந்ததைத் தொடர்ந்து முயற்சி மேற்கொள்ளும் போது ஏற்படும் இடர்பாடுகளுக்காக வருந்தாது மேலும் முயல வேண்டுமென்றும், அப்போதுதான் நினைத்த அளவு வெற்றி பெற முடியுமென்றும் இந்த அதிகாரத்தில் கூறப்படுகிறது.

துன்பங்கள் கண்டிப்பாக வரத்தான் செய்யும்; இன்பம் என்றால் துன்பமும் ஏற்படுவது இயற்கையாகும் என்பதை உணர்ந்து, வாழ்க்கையில் எத்தகைய துன்பங்கள் வந்தாலும் கூட அவைகளைப் பொருட்படுத்தாமல் உழைத்தவண்ணம் இருக்க வேண்டும் என்று உணர்த்தப்படுகிறது.

ஒரு செயலை மேற்கொண்டு அதில் வெற்றி காண்பது என்பது சாதாரணமானதல்ல; இடையூறுகள் வரத்தான் செய்யும். அவைகளைப் பொருட்படுத்தாமல், இவையெல்லாம் எங்கும் உண்டு என்றும், இவைகளைப் பொருட்படுத்தினால் வாழ்வில் முன்னேற்றமே இல்லை என்பதையும் கருத்தில் கொண்டு செயல்பட்டால் வெற்றி மேல் வெற்றி பெற்றுச் சிறப்படையலாம்.

துன்பங்கள் ஏற்படும் பொழுது அவைகளைக் கண்டு மனம் தளராது மேன்மேலும் பாடுபட வேண்டும். இடுக்கண்ணுக்கு அஞ்சிப் பின்வாங்கினால் நிச்சயமாக வெற்றி

காண முடியாது என்பதை மனதில் கொண்டு செயல்பட வேண்டும்.

முயற்சிகளை மேற்கொள்ளும் போதே அதாவது எடுத்த எடுப்பிலேயே வெற்றிகள் வந்து குவிந்திட மாட்டா. ஆகவே, இடுக்கண் வரும்போது அதை இன்பமுடன் ஏற்றுக்கொண்டு செயல்பட்டால்தான் வெற்றியைக் காண முடியும்.

**இடுக்கண் வருங்கால் நகுக அதனை
அடுத்தூர்வது அஃதொப்பது இல்** 621

இடுக்கண் வரும்போது, அதாவது துன்பம் வரும்போது மகிழ்ச்சியடைய வேண்டும் என்று கூறுகிறாரே வள்ளுவர் பெருமான், இது நடக்கக்கூடிய காரியமா என்று மட்டும் எண்ணிவிடக் கூடாது. இடுக்கண் ஏற்படும் போது இன்பம் அடைவதும், மாறாகக் கண்ணீர் வடிப்பதும் நமது மனதைப்பொறுத்துத்தான் உள்ளது என்பதை நாம் தெரிந்து கொள்ள வேண்டும்.

இவ்விதம், துன்பம் வந்த வேளையில் மனம் சிறிதும் வேதனைப்படாமல் செயல்புரிவது முடியக்கூடிய காரியமா என்று எண்ணிவிடக் கூடாது. என்னதான் துன்பம் வந்தபோதும் அவைகளைப் பொருட்படுத்தாமல் உழைத்தவண்ணம் இருக்க வேண்டும்; துன்பங்களைக் கண்டு சோர்வடைந்து விடக்கூடாது என்பதை உணர்த்தவே இவ்விதம் கூறுகிறார் என்று கொள்ள வேண்டும்.

துன்பம் வந்தபோது அதைப்பற்றிப் பொருட்படுத்தாமல் அதை இன்பமாகக் கருதிச் செயல்பட்டால் எந்தவிதத் துன்பமும் யாருக்கும் ஏற்படாது என்பது திண்ணமாகும்.

சிலர் வாழ்க்கையில் பெருந்துன்பங்களை எல்லாம் அடைந்துள்ளார்கள். அவர்கள் அவைகளைப் பற்றிக் கவலைப்படாமல் மேன்மேலும் உழைத்து வந்ததால்தான் அவர்களால் வெற்றி பெற முடிந்தது.

வெள்ளம் போலத் துன்பங்கள் வந்தாலும்கூட உள்ளத்தில் சோர்வு அடையக்கூடாது; தளர்வு அடைந்து விடக்கூடாது. அறிவுடையவர்கள் இந்தத் துன்பங்களையெல்லாம் நிச்சயமாகப் பொருட்படுத்த மாட்டார்கள். இந்தப் பெருந் துன்பங்களுக்குப் பின்னர் நிச்சயமாக நல்ல இன்ப வாழ்வு இருக்கும் என்று நம்பியவர்களாய்ச் செயல்பட்டு வெற்றி களையே குவிப்பார்கள்.

உள்ளத்தில் உறுதி கொண்டவர்களாய்ச் செயல்பட்டால் நிச்சயமாக வெள்ளத்தனைய துன்பங்களையும் போக்கி விடலாம்.

வெள்ளத் தனைய இடும்பை அறிவுடையான்
உள்ளத்தின் உள்ளக் கெடும்   622

ஒரு துன்பம், இரண்டு துன்பங்கள் என்றில்லாமல் மேன்மேலும் வரும் துன்பங்களைத்தான் வெள்ளத்தனைய இடும்பை என்று கூறுகிறார். இந்தத் துன்பங்களை நல்ல அறிவுடையவன் தன் ஊக்கமிகு செயல்களால் வெற்றி கொள்ள வேண்டும் என்பதை உணர்த்திடவே 'உள்ளத்தின் உள்ளக் கெடும்' என்று கூறுகிறார்.

மலைபோல வரும் துன்பங்களை எல்லாம் பனிபோலப் போகச் செய்து விடலாம். இவ்விதம் பெருந்துன்பங்களையும் நமது முயற்சிகளால் போக்கி விடலாம்.

'இடும்பை' அதாது துன்பம் வர நேர்ந்தால் அந்தத் துன்பத்திற்கே துன்பம் கொடுத்து விட வேண்டும் என்று கூறுகிறார். இவ்விதமாகத் துன்பத்திற்குத் துன்பம் கொடுத்து விட்டால் அந்தத் துன்பம் நம்மை என்ன செய்யும்?

துன்பம் வந்த காலத்தில் அதுகண்டு வருந்தாமல் அந்தத் துன்பத்தைப் போக்க முயல வேண்டும். இதுதான் அறிவுடைமையாகும்.

'துன்பம் வந்து விட்டதே; துன்பம் வந்து விட்டதே' என்று கூறி ஒப்பாரி வைப்பதில் எந்தவிதப் பயனுமே இல்லை. எத்தனைதான் பெருந்துன்பங்கள் வந்தாலும் அறிவுடையோரை எந்தத் துன்பமும் எதுவும் செய்து விடாது. சிறந்த அறிவு பெற்றவர்கள் தங்கள் அறிவுத் திறத்தால் வெற்றி காண்பார்கள் என்பதில் சந்தேகமேயில்லை. இவ்விதம், அறிவு படைத்தவர்கள் துன்பத்திற்கே துன்பம் அளித்து மன அமைதி கொள்வார்கள்.

இடும்பைக்கு இடும்பை படுப்பர் இடும்பைக்கு
இடும்பை படாஅ தவர்   623

இடும்பைக்கு இடும்பை படாதவர் என்பவர் யார்? அவர்கள்தான் நல்ல அறிவு படைத்தவர்கள். துன்பங்கள் ஏற்படுவது இயல்பு என்று எண்ணிச் செயல்படும் நல்ல அறிவு படைத்தவர்கள் எந்தவிதத் துன்பங்களையும் கண்டு அஞ்சிட மாட்டார்கள்.

எந்தவிதத் துன்பங்களும் நல்ல அறிவுடையோரை யாதொரு தீங்கும் செய்ய மாட்டா; அதாவது, நல்ல அறிவு படைத்தோர் தங்கள் அறிவுத் திறத்தால் அந்தத் துன்பங்களைப் போக்கி விடுவார்கள்.

வண்டி நிறைய பாரத்தை இழுத்துக்கொண்டு செல்லும் காளைகள் மேடான இடத்தைக் கடந்து செல்லுவதற்கு முட்டியும் மோதியும் செல்லும். எப்படியும் வண்டியை இழுத்துச் சென்றுவிட வேண்டும் என்ற எண்ணத்தில் தடை காணுமிடங்களில் எல்லாம் தளர்ச்சியடையாமல் செல்லுவதைக் காணலாம்.

ஊக்கத்துடன் செயல்பட்டு எப்படியும் அந்தக் காளை மாடுகள் இரண்டும் வண்டியைக் கொண்டு சேர்த்து விடும். அதிகப் பலமுடன் (தம் பிடித்து) இழுத்துக்கொண்டு வந்து சேர்த்து விடும்.

இடர்பட்ட நேரத்தில் தளர்ச்சியடையாமல் அதிக ஊக்கத்துடன் கொண்டு சேர்க்க வேண்டும் என்ற வைராக்கிய முடன் கொண்டு சேர்த்து விடும்.

மடுத்தவாய் எல்லாம் பகடன்னான் உற்ற
இடுக்கண் இடர்ப்பாடு உடைத்து   624

இவ்விதமாக, என்ன பாடுபட்டாலாவது அதிக அளவு பாரம் கொண்ட வண்டியை மேட்டில் ஊக்கமுடன் இழுத்துக் கொண்டு சேர்த்து விடுவதைப் போல விடாமுயற்சியுடன் செயல்படும்போது எத்தகைய துன்பமாயினும் நம்மை விட்டுச் சென்று விடும்.

கரடுமுரடான பாதையில் வண்டி மாடுகள் இழுத்துச் செல்வதைப் பார்த்திருப்போம். இந்தக் காளை மாடுகளின் இடைவிடாத முயற்சியைப் போலத் துன்பம் வந்த காலத்தில் துவண்டு விடாமல் செயல்பட்டால் நிச்சயமாக வெற்றியையே அடையலாம்.

ஊக்கமுடன் உழைத்து வந்தால், வெற்றியடையலாம் என்ற தளராத நம்பிக்கையுடன் உழைத்து வந்தால் நிச்சயமாக வெற்றியையே அடையலாம்.

எவ்வளவுதான் துன்பங்கள் வந்த காலத்தும் மனம் தளர்ச்சியடையக் கூடாது என்பதில் உறுதியாக இருக்க வேண்டும். இவ்விதம் உறுதி குலையாமல் இருந்தால், அதாவது, இலட்சியத்தை எவ்விதமும் வென்றடைய வேண்டும் என்ற உறுதியுடன் இருந்தால் எந்தவிதத் துன்பங்களையும் வென்று விடலாம்.

துன்பத்திற்கு மேல் துன்பம் வந்த காலத்திலும், அதாவது அடுத்தடுத்துத் துன்பம் வந்த காலத்திலும் மனம் சலியாமல் துணிவுடன் எதிர்த்து நிற்பவர்களுக்கு எந்தவிதப் பாதிப்பும் ஏற்படாது.

அடுக்கி வரினும் அழிவிலான் உற்ற
இடுக்கண் இடுக்கண் படும் 615

அடுக்கி வருவது என்பது, துன்பங்கள் அடுக்கடுக்காக வருவதென்பதாம். என்னதான் அடுக்கடுக்காகத் துன்பங்கள் வந்து சேர்ந்தாலும் கூட, உறுதியுடன் நின்று செயல்பட்டால் அந்தத் துன்பங்களே துன்பம் அடைந்து விடும்.

செல்வம் நிறைய அளவில் வரும்போதும், செல்வம் இல்லாத வறிய நிலையிலும் ஒரே தன்மையுடையராய் இருந்தால் வறுமைத் துன்பத்தில் உழலும் நிலைமை ஏற்பட்டாலும் பொருளை இழந்து விட்டது பற்றி வருந்திட மாட்டார்கள்.

பொருள் மிகவும் இருக்கும் காலம், பொருளே இல்லாத வறிய காலம் ஆகிய இரண்டையுமே ஒன்றாகக் கருதிட வேண்டும். இவ்விதமாக இருந்து வந்தால் அதிக அளவு துன்பம் வந்த காலத்தில் அவர்கள் மனத்துன்பம் எதுவும் அடைய மாட்டார்கள்.

இவ்விதமாக, இன்பத்தையும் துன்பத்தையும் சமமாகக் கருதுபவர்கள் வாழ்வில் நிச்சயமாகத் துன்பம் வந்து சேரமாட்டா என்று உறுதியாக நம்பலாம்.

அற்றேம்என்று அல்லல் படுபவோ பெற்றேம்என்று
ஓம்புதல் தேற்றா தவர் 626

இன்பத்யையும் துன்பத்தையும் சமமாகக் கருதுபவர்கள் பணம் நிறைந்திருக்கும் காலத்தில் பணம் பெற்றதை எண்ணியவர்களாய் மகிழ்ந்து ஆரவாரம் செய்யவும் மாட்டார்கள்; இவர்கள் பொருளை இழந்த காலத்தில் துன்பம் அடைந்து மூலையில் உட்காரவும் மாட்டார்கள்.

இன்பத்தை அடைய வேண்டும் என்ற எண்ணமுடன் எப்படியும் அடைந்து தீரவேண்டும் என்று முயலுபவர்கள்

நிறைந்த இந்த உலகத்தில் இன்பத்தைப் பற்றிப் பொருட் படுத்தாமல் இருப்பவர்கள், தங்களுக்குத் துன்பம் வந்த காலத்திலும் தமக்கு ஏற்படும் துன்பங்கள் பற்றிப் பொருட் படுத்தவே மாட்டார்கள்.

இத்தகையோர், துன்பங்களை இயல்பு என்று கருதுபவர் களாவர். இன்பத்தைக் கருதுவது போன்றே துன்பத்தையும் கருதுவார்கள். துன்பம் வருவது என்பது இயற்கைதானே என்பார்கள். இத்தகைய மனப்பான்மை படைத்தவர்களை எந்தத் துன்பமும் எதுவும் செய்து விடாது.

இன்பம் விழையான் இடும்பை இயல்பென்பான்
தன்பம் உறுதல் இலன்   628

இன்பம் வந்த காலத்தில் அந்த இன்பத்தைப் போற்றிய வர்களாய் வாழாமல், இன்பம் வருவதும் துன்பம் ஏற்படுவதும் உலகத்து இயற்கை என்று எண்ணி வாழ்பவர்கள் என்னதான் துன்பம் வந்துற்றாலும் அந்தத் துன்பம் பற்றிக் கவலைப்படவே மாட்டார்கள்.

இன்பத்துள் இன்பம் விழையாதான் துன்பத்துள்
துன்பம் உறுதல் இலன்   629

இன்பத்தையும் துன்பத்தையும் நல்ல மனம் படைத்த வர்கள் சமமாகவே கருதுவார்கள். சிலர் இன்பம் வந்த காலத்தில் நிறைவு கொள்ளாது மேன்மேலும் அனுபவிக்க எண்ணு வார்கள். இத்தகையோர், சிறு துன்பம் வந்தாலும் தூங்கிட மாட்டார்கள். ஆனால், இன்பத்தையும் துன்பத்தையும் ஒன்றாகக் கருதுபவர்கள், துன்பம் வந்த காலத்தில் இது உலகத்து இயற்கைதான் என்று எண்ணியவர்களாய் அமைதியுடன் அனுபவித்துக் கொள்வார்கள்.

❄

18. வினைத்தூய்மை

எந்தச் செயலை மேற்கொண்டாலும், இடையில் முறிவு ஏற்படாமலும், தீமை கலவாமலும் செய்து முடிக்க வேண்டும் என்பது முக்கியமாகும். செய்யப்படும் செயலின் முடிவு நன்மை பயப்பதாகவும் இருக்க வேண்டும். மேலும், பிறர் நல்ல முறையில் போற்றும்வண்ணமும் எந்தச் செயலையும் செய்து முடிக்க வேண்டும்.

நாம் செய்யும் செயல் பிறருக்குப் பயன்படுமாறும் அதே நேரத்தில் பழுதில்லாமலும் செய்து முடிக்கப் பெற்றால் அதன்மூலம் எல்லா நன்மைகளையும் பெற்றுச் சிறக்கலாம்.

துணைநலம் ஆக்கம் தரூஉம் வினைநலம்
வேண்டிய எல்லாம் தரும் 651

வினைநலம் என்று சிறப்பித்துக் கூறப்படுவது, ஒரு செயல் செய்து முடிக்கப்படும்போது அச்செயல் மூலம் நன்மைகள் கிடைக்க வேண்டும். செய்து முடிக்கப்படும் செயல் நன்மையளிப்பதாக விளங்கினால், அதுபோன்ற வேறு பல செயல்களைச் செய்து முடிக்க வேண்டும் என்ற ஆர்வம் எழுவது இயற்கையாகும்.

ஒரு செயலைச் செய்து முடிக்கும்போது அதன் மூலம் பல நன்மைகளைப் பெற்றுச் சிறக்க வேண்டும். வாழ்க்கையின் முக்கிய பயனாகிய புகழையும் அந்தச் செயல் மூலம் பெற வேண்டும்; அந்தச் செயல் மூலம் குறைவற்ற நன்மைகளும் கிடைக்க வேண்டும்.

நாம் செய்யும் எந்தச் செயலும் பிறருக்கு நன்மை தரக்கூடியதாக இருக்க வேண்டும்; அதே நேரத்தில் அந்தச் செயல் மூலம் நமக்குப் புகழும் உண்டாக வேண்டும். (சிறந்த முறையில் செயல்கள் செய்யப்பட்டால் கண்டிப்பாக புகழ் கிடைக்கும்) வினைநலம் என்று சிறப்புடன் போற்றப்படுவது இதுவேயாகும்.

என்றும் ஒருவுதல் வேண்டும் புகழொடு
நன்றி பயவா வினை 652

வாழ்க்கையின் பயனாகப் போற்றப்படும் புகழையும், அதன் இலட்சியமாகிய நன்மையையும் கொடுக்காத செயல்களை எந்த நிலையிலும் செய்யக்கூடாது.

எந்தச் செயலைச் செய்வதாக இருந்தாலும் புகழைக் கெடுக்கும் செயலை ஒருபோதும் செய்யக்கூடாது. இவ்விதம் செய்தால் வாழ்க்கையில் நிச்சயமாகத் தாழ்ச்சியைத்தான் அடைய வேண்டிய நிலைமை ஏற்படும்.

வாழ்க்கையில் என்றும் நல்ல வளர்ச்சியைப் பெற்று மேன்மேலும் சிறப்படைய விரும்புபவர்கள் தாழ்வு தரும் செயல்களைச் செய்யக் கூடாது. எந்தச் செயலை மேற்கொள்ளுபவர்களும் தன்னிடத்திலிருந்தே செய்து பலரும் தன்னைப் பார்த்துப் பாராட்டும்படிச் செய்ய வேண்டும். இவ்விதம் செய்வதில் பெரும் சிறப்பு உள்ளது.

ஓஒதல் வேண்டும் ஒளிமாழ்கும் செய்வினை
ஆஅதும் என்னு மவர் 653

துன்பம் வந்த காலத்தில் நல்ல மன உறுதி பெற்ற பெரியோர்கள் நிச்சயமாகக் கலங்கவே மாட்டார்கள். துன்பத்தை அனுபவிக்கத்தான் பிறந்துள்ளோம் என்ற மன உறுதி கொண்டோர் எந்த நிலையிலும் கலங்கவே மாட்டார்கள். அழியாத பழி தரும் செயல்களை என்றுமே செய்யவும் மாட்டார்கள்.

இடுக்கண் படினும் இளிவந்த செய்யார்
நடுக்கற்ற காட்சி யவர் 654

நல்ல உறுதியுள்ளம் படைத்த பெரியோர்கள் எவ்வளவு தான் துன்பம் வந்த காலத்திலும் தமக்கும் பிறருக்கும் தாழ்வைத் தரக்கூடிய செயல்களை ஒருபோதும் செய்ய மாட்டார்கள்.

இவ்விதம் செய்து விட்டோமே, இதைச் செய்து விட்டோமே என்று எண்ணிப் பின்னர் வருந்தக்கூடிய செயலை யாரும் செய்யக்கூடாது. அவ்விதம் செய்ய நேர்ந்தால், அதைப்பற்றியே எண்ணி எண்ணிக் குமையாமல் அதைப்போன்ற செயல்களை மேலும் செய்யக்கூடாது என்ற உறுதியுடன் இருக்க வேண்டும்.

எற்றென்று இரங்குவ செய்யற்க செய்வானேல்
மற்றன்ன செய்யாமை நன்று 655

கோபம் காரணமாகவோ, அல்லது அறியாமை காரணமாகவோ பழிக்குரிய செயலைச் செய்யக் கூடாது. இதுபோன்ற தீச்செயலை எந்த நிலையிலும் செய்தல் கூடாது.

தன்னைப் பெற்றெடுத்துப் பேணி வளர்த்த தாயாரிடம் அன்புடன் நடந்து கொள்வதுடன் அவளுக்குச் செய்ய வேண்டிய கடமைகளையும் செய்ய வேண்டும். அதற்காகப் பிறர் பழிக்கும்படியான செயல்களை எந்த நிலையிலும் செய்யக்கூடாது. பெரியவர்கள் மனம் நோகும் வண்ணம் என்றுமே செயல் புரியக்கூடாது. தீச்செயல் என்று கருதப்பட்ட எதையும் எந்த நிலையிலும் செய்யக்கூடாது.

ஈன்றாள் பசிகாண்பான் ஆயினும் செய்யற்க
சான்றோர் பழிக்கும் வினை 656

பலருக்குப் பலவிதத் துன்பங்களைக் கொடுத்து அதன் மூலம் பெற்ற செல்வத்தால் நிச்சயமாக பழிதான் வந்து சேரும். இந்தப் பழியானது இலகுவில் மறைவதில்லை; நிலைத்திற்கும்

பழியுமாகும். வறுமையுற்ற காலத்தில், துன்பத்தை அனுபவித்து அதே நேரத்தில் பிறருக்குத் துன்பத்தைச் சிறிதளவும் செய்யாத பெரியோரின் வறுமை புகழப்படத்தான் செய்யும்.

பிறரை வருத்திப் பெற்ற பழி நிறைந்த செல்வத்தைக் காட்டிலும் தானே வருந்திப் பெற்று அனுபவிக்கும் புகழோடு கூடிய வறுமை உண்மையில் சிறந்ததாகும்.

பழிமலைந்து எய்திய ஆக்கத்தின் சான்றோர்
கழிநல் குரவே தலை 657

பழிக்குரிய செயல்களைச் செய்து அதனால் பெற்ற செல்வத்தைக் காட்டிலும், தன்னை மாத்திரம் துன்பத்திற்குள் ளாக்கிக் கொள்ளும் பெரிய வறுமையோடு இருப்பதே பெரியோர்க்குச் சிறந்ததாகும்.

பிறருடைய வற்புறுத்தலுக்காகவும் சூழ்நிலை காரணமாகவும், பெரியோர்களால் கடியப்பட்ட எந்தச் செயலையும் செய்தல் கூடாது.

கடிந்த கடிந்தொரார் செய்தார்க்கு அவைதாம்
முடிந்தாலும் பீழை தரும் 658

கண்டிக்கத்தக்கத் தீய செயல்களைக் கண்டித்து விலக்காமல் செயலை முடிக்கக் கருதி முடித்தாலும் அந்தச் செயல் செய்தவர்க்கு இறுதியில் துன்பத்தையே கொடுக்கும்.

நல்ல அறிவின் பயனால் வாழ்க்கையில் என்றுமே நிலைத்திருக்கும் பயனைப் பெற வேண்டும் என்ற சிறந்த அறிவுடையவன்தான் மனிதன். பின்னால் வரும் பயனைத்தான் சிறப்பாகக் கருதுவான். இப்போது ஏற்படும் துன்பங்களைப் பற்றிக் கவலைப்படாமல் எதிர்கால இன்பத்தைத்தான் அவன் நாட வேண்டும். அந்த இன்பக் குறிக்கோளை உடையவன் பொருளை இழந்தாலும்கூட நன்மையான செயல்களையே என்றும் செய்துவர வேண்டும்.

பிறரைத் துன்பப்படுத்திப் பெற்ற பொருட்கள் அனைத்துமே தன்னைத் துன்பப்படுத்திக் கொண்டுதான் நீங்கும். ஆனால் நல்ல செயல்கள் பிறர்க்கு நன்மை செய்வதனால், பொருளை இழந்தாலும் கூட பின்னர் நல்ல பயனையே தருவதாகும்.

அழக்கொண்ட எல்லாம் அழப்போம் இழப்பினும்
பிற்பயக்கும் நற்பா லவை   659

19. வினைத்திட்பம்

நல்ல மன உறுதியுடன் ஒரு செயலைச் சிறப்பான முறையில் நிறைவேற்றுவதுதான் வினைத்திட்பமாகும். அந்தச் செயல் எவ்வளவு தூய்மையாக இருந்தாலும், திட்பமான செயலாக இல்லையென்றால் பயன்படாது. செயலைச் செய்து முடிப்பவனுடைய மனம் நல்ல உறுதியுடன் இருக்க வேண்டும் என்பது மட்டுமல்லாது செய்யும் செயலும் சிறந்த பயனைத் தரவேண்டும் என்பதாம்.

எந்தச் செயலாக இருந்தாலும், அந்தச் செயலைச் செய்யும் முன்னால் குறிப்பிட்ட அந்தச் செயலைப் பற்றி நன்றாக ஆராய வேண்டும். அந்தச் செயல் என்ன பயன்தரும் என்பது பற்றி அந்தச் செயல் நடக்கும் போது சிந்திக்கக் கூடாது. மேற் கொள்ளும் செயலில் தீவிரமான எண்ணமும் உறுதியும் இருக்க வேண்டும். இதைத்தான் வினைத்திட்பம் என்று கூறுகிறோம்.

வினைத்திட்பம் என்பது ஒருவன் மனத்திட்பம்
மற்றைய எல்லாம் பிற 661

ஒரு செயலை உறுதியாக நிறைவேற்ற வேண்டும் என்ற எண்ணத்தை மனதிலே கொண்டிருப்பதுதான் உறுதிச் செயலாகும். செயலைப் பற்றி ஆராய்வது போன்றவைகள் எல்லாம் ஆராய்ச்சியின் பாற்பட்ட விஷயங்களாகும்.

இவ்விதமாக ஆரம்பிக்கப்படும் செயலில் ஏற்படும் துன்பங்கள் அனைத்தையும் விலக்குல் வேண்டும். செயலை

ஆரம்பித்த பின்னர் துன்பங்கள் ஏற்பட்டால் அதைப்பற்றிக் கவலை கொள்ளாமல் செயலை நடத்தத்தான் வேண்டும். இவ்விதம் செயல்பட்டால்தான் செய்ய எண்ணிய செயல் இடையில் முறிவு படாமல் நடைபெறும்.

ஊறுஓரால் உற்றபின் ஒல்காமை இவ்விரண்டின்
ஆறென்பர் ஆய்ந்தவர் கோள் 662

எந்தவித இடையூற்றிற்கும் பயந்து செயல்படுவதிலிருந்து விலகாமலும், செய்யும் செயலில் இடையூறு நேரிடின் அதற் காகத் தளர்ச்சியடையாமலும் இருந்தாலதான் ஏற்றுக்கொண்ட செயலைத் திறன்படச் செய்து முடிக்க முடியும்.

எதையும் மிகவும் எளிதாகச் சொல்லி விடலாம். ஆனால், சொன்னபடிதான் செய்ய முடியாது. எண்ணம், சொல், செயல் ஆகிய மூன்றிலும் சொல்லியவண்ணம் செயப்படுவதே வினைத்திட்பமாகும். மனம் வேறு, சொல் வேறு, செயல் வேறு என்று இருக்கவே கூடாது.

சொல்லுதல் யார்க்கும் எளிய அரியவாம்
சொல்லிய வண்ணம் செயல் 664

மனிதன் எண்ணுவது போலச் சொல்லுவது என்பது யாருக்குமே எளியதாகும். ஆனால், சொன்னபடிச் செய்வது தான் மிகவும் அரிதாகும்.

எதையும் எளிதாகச் சொல்லி விடலாம். ஆனால் சொன்னபடிச் செய்வது என்பதுதான் முடியாத காரியமாகும்.

முன்னர் வாழ்ந்த பெரியோர்களின் வாழ்க்கையில் நடந்த செயல்களையும் அவர்களுடைய உயர்ந்த இலட்சியங்களையும் எண்ணி எண்ணி அவ்விதம் வாழ்வதற்கு முயல வேண்டும்.

வீறெய்தி மாண்டார் வினைத்திட்பம் வேந்தன்கண்
ஊறெய்தி உள்ளப் படும். 665

வீரத்தினால் பெரும் சிறப்பமைந்த செயல்களை எண்ணி எண்ணி அதன் வழி நடக்க முயல வேண்டும்.

எல்லாமே எண்ணத்தின் அடிப்படையில்தான் நடை பெற்று வருவதால், இந்த எண்ணத்தை மனதில் நிலைநிறுத்திச் செயல்பட வேண்டும். எண்ணங்களால் சாதிக்க முடியாதது எதுவுமே இல்லை. இந்த உறுதியான எண்ணம்தான் சொல்லாகவும், பின்னர் செயலாகவும் மாறுகின்றது என்பதில் சந்தேகமேயில்லை.

எண்ணிய எண்ணியாங்கு எய்துப எண்ணியார்
திண்ணிய ராகப் பெறின் 666

ஒரு செயலைச் செய்து முடிக்க எண்ணமே மூலாதார மாகும். எண்ணத்தை மனதிலே என்றுமே நிலைநிறுத்தி, இடைவிடாமல் செயலைப் பற்றிச் சிந்தித்து வந்தால் செய்ய முடியாத காரியங்கள் எதுவுமே இல்லை. தேரின் அச்சாணி மிகவும் சிறியதுதான். உருள் பெரும் தேரோ உருவத்தால் மிகவும் பெரியது. இந்தச் சின்னஞ் சிறிய அச்சாணி மட்டும் இல்லையென்றால் தேர் ஓடவே ஓடாது.

தேரைப் பார்ப்பவர்களின் கண்களுக்கு அச்சாணியானது தெரியாது. ஆனால், தேரை ஓட்டும் சாரதிக்கு அச்சாணியின் அருமை பெருமை பற்றி நன்றாகவே தெரியும். எனவே, உருவத்தை வைத்து எதையுமே மதிப்படக் கூடாது.

உருவுகண்டு எள்ளாமை வேண்டும்
உருள்பெருந்தோர்க்கு
அச்சாணி அன்னார் உடைத்து 667

உருவம் சிறியதாக உள்ளதென்று யாரையும் இகழ்ந்து விடக்கூடாது. உருள் பெருந் தேரின் அச்சாணி சின்னஞ் சிறியதுதான்; அது இல்லையேல் தேர் ஓடாது என்பதைத் தெரிந்து கொண்டால் போதும்.

எந்தச் செயலை மேற்கொள்ளும் முன்னரும் அதைப்பற்றி நன்கு ஆராய்ந்து தெளிந்து அதன் பின்னரே செயலில் இறங்க வேண்டும். முடிவு செய்த பின்னர் சோர்வு எதுவும் கொள்ளாமல் உறுதிப்பட நின்று செயல்புரிய வேண்டும்; காலம் தாழ்த்தாது செயல் புரிந்து, மேற்கொண்ட செயலைச் செய்து முடித்து விடவும் வேண்டும்.

மனதில் எந்தவித அச்சமும் கொள்ளாமல் மேற்கொண்ட செயலை விரைவாகச் செய்து முடித்து விட வேண்டும்.

கலங்காது கண்ட வினைக்கண் துளங்காது
தூக்கம் கடிந்து செயல்   668

நல்ல முறையில் தெளிவுடன் ஒரு செயலை ஆராய்ந்து பார்த்து செய்ய முனைந்த பின்னர் மனம் கலங்காது செய்து முடித்துவிட வேண்டும்.

எல்லா முயற்சிகளையும் மேற்கொண்டு ஒரு செயலைச் செய்ய முனையும் போது துன்பம் வந்தாலும் அதைப் பொருட்படுத்தாமல் (அதற்காக மனம் கங்காது) செயலாற்றிப் பின்னால் வரும் இன்பத்தை எண்ணிச் செய்து முடித்துவிட வேண்டும் என்றும் கூறுகிறார்.

ஒரு செயலைச் செய்யும்போது ஏதாவது இடையூறுகள் வருவது இயற்கையே ஆகும். அதற்காக மனம் கலங்கவே கூடாது. ஆரம்ப நிலையில் துன்பங்கள் வந்தாலும் பின்னர் இன்பம் வரத்தான் செய்யும். துன்பமும் இன்பமும் வருவது இரவும் பகலும் வருவது போலத்தான் என்பதை மனதில் கொள்ள வேண்டும். என்னதான் துன்பங்கள் வந்தாலும் முடிவில் இன்பமும் வரத்தான் செய்யும்.

துன்பம் உறவரினும் செய்க துணிவாற்றி
இன்பம் பயக்கும் வினை   669

இவ்வாறெல்லாம் கூறிவந்த வள்ளுவர் பெருமான், வினையை (செயலை) எந்தவிதக் குற்றமும் இன்றிச் செய்து

முடிக்க முடியாதவரை இந்த உலகம் ஏற்றுக் கொள்ளாது என்று கூறுகிறார். ஆகவே, எந்தவிதக் குற்றமுமின்றிச் செய்வதிலேயே தான் குறியாக இருக்க வேண்டும்.

சில சந்தர்ப்பங்கள் மூலம் உயர்ந்த நிலையை அடைய நேர்ந்தால் அந்த நிலைக்கேற்ற முறையில் நடந்து செயலாற்றும் திறன் பெற்று விளங்க வேண்டும். அத்தகைய திறமையில்லை என்றால் பொதுவாக மக்கள் மதிக்க மாட்டார்கள்.

எனைத்திட்பம் எய்தியக் கண்ணும் வினைத்திட்பம்
வேண்டாரை வேண்டாது உலகு   670

ஆகவே, இதைக் கருத்தில் கொண்டு செயல்பட வேண்டும்; அப்போதுதான் வெற்றி பெற முடியும்.

❄

20. வினை செயல் வகை

ஒரு செயலை, அதாவது வினையைச் செய்யும் முறையை இந்த அதிகாரத்தில் கூறுகிறார். செயல் வகை என்பதற்குத் தொழிலைச் செய்யும் முறை என்பது சரியான பொருளாகும்; செய்யப்பட வேண்டிய பகுதிகள் என்றுகூடப் பொருள் கூறலாம்.

எந்தச் செயலையும் நல்ல மனத்திட்பமுடன் செய்து முடிக்க வேண்டும் என்பது மிகவும் முக்கியமாகும்.

எந்தச் செயலைச் செய்ய ஆரம்பிக்கும் முன்னாலும், செய்ய வேண்டிய செயல் பற்றி நன்கு ஆராய்ந்து செய்யப்பட்ட பின்னர் ஏற்படும் விளைவுகளைப் பற்றியும் தெரிந்து கொண்டுதான் செயல் புரிய ஆரம்பிக்க வேண்டும்.

**சூழ்ச்சி முடிவு துணிவெய்தல் அத்துணிவு
தாழ்ச்சியும் தங்குதல் தீது**   671

எந்தச் செயல் பற்றி செய்ய எண்ணும் முன்னரும் முதலில் தாமே ஆராய வேண்டும்; அதன்பின்னர் தமக்கு மிகவும் வேண்டிய நண்பர்களுடன் கலந்து ஆராய வேண்டும். அதன்பின்னர் வினை செய்வானோடும் கலந்து பேசி மீண்டும் ஆராய வேண்டும்.

இவ்விதமெல்லாம் நன்றாக ஆராய்ந்து பார்த்துச் செயல்படுவதன் மூலம் தமக்கு நன்மை கிடைக்குமெனின் செயல்புரிய ஆரம்பிக்க வேண்டும்.

சில செயல்களைக் காலம் தாழ்த்தியே செய்ய வேண்டும்; சில செயல்களை உடனடியாகச் செய்துவிட வேண்டும்.

ஒரு செயலைச் செய்யும் முன்னர் அந்தச் செயல் நீண்ட காலத் திட்டத்தின் அடிப்படையில் செய்யப்பட வேண்டிய செயல் என்றும், உடனடியாகச் செய்யப்பட வேண்டிய செயல் என்றும் திட்டமிட வேண்டும். இவ்விதம் திட்டமிடுவது மிகவும் முக்கியமாகும்.

தூங்குக தூங்கிச் செயற்பால தூங்கற்க
தூங்காது செய்யும் வினை   672

எந்தச் செயலை ஒருவன் மேற்கொள்ள எண்ணினாலும் அச்செயலைத் தானே செய்ய முயலுவது நலமாகும். இவ்விதம் செய்வது நல்ல பலனைக் கொடுக்கும். தன்னால் இயலாத வேளையில்தான் அச்செயலைச் செய்யப் பிறரிடம் ஒப்படைக்க வேண்டும்; அதுவும், நன்றாக ஆராய்ந்து பார்த்துத் தகுதியானவர்களிடம் ஒப்படைத்துச் செயல் புரியச் செய்ய வேண்டும்.

ஒல்லுங்கால் எல்லாம் வினைநன்றே ஒல்லாக்கால்
செல்லுங்கால் நோக்கிச் செயல்   673

இயன்ற அளவு செய்ய முடிவு செய்யப்பட்ட செயலை நாமே முன்னின்று செய்ய வேண்டும். இதுவே செயல் சிறப்புடன் திகழ்வதற்கு உதவுவதாகும்.

எந்தச் செயலையும் செய்து முடிக்கத் திட்டமிடும் போது நல்ல முறையில் செய்து முடிக்கப்பட வேண்டும் என்ற எண்ணமுடன் செயலில் இறங்க வேண்டும்.

எந்தச் செயலும் செய்து முடிக்கப்படாமல் அரைகுறை யாக இருக்கக்கூடாது. செய்ய முற்பட்ட வேலையைச் செய்து முடித்துவிட வேண்டும். இதைப்போல பகையும் முற்றும் பெறாமல் இருந்துவிடக் கூடாது. அதுவும் முடிவடைந்து

விட வேண்டும். இவ்விதம் முடிவு பெறாமல் இருந்தால் அதனால் துன்பம்தான் விளையும். இவ்விதமாக முற்றுப் பெறாமல் இருந்தால் அது அணைந்தது போலத் தோற்ற மளிக்கும் நெருப்பைப் போன்றதாகும்; பின்னர் பெருந்தீமை புரிவதாகும்.

கொஞ்சம் போல நெருப்பு அதில் தங்கி விடுமானால் அது பெரு நெருப்பாகப் பற்றி எரியும். அதுபோல, மேற்கொண்ட செயலை முடிக்காமல் குறையாக விட்டு விட்டால் நமது புகழுக்குக் கேடு உண்டாகும்.

வினையைப் போலத்தான் பகையுமாகும். எனவே, எதையுமே முற்றுப்பெறச் செய்யாமல் விட்டு வைக்கக்கூடாது.

வினைபகை என்றிரண்டின் எச்சம் நினையுங்கால்
தீயெச்சம் போலத் தெறும்   674

எந்தச் செயலையும் செய்து முடிப்பதற்கு நல்ல திட்டமிடுதல் முக்கியமாகும். இவ்விதமாகத் திட்டமிடுவது என்பது, முதலில் அதற்கான பொருள், செய்து முடிப்பதற்கு ஏற்ற கருவிகள், இவை மட்டுமன்றி காலம், இடம் போன்றவை களையும் நன்றாக ஆராய வேண்டும் என்பது முக்கியமாகும்.

இவையனைத்தையும் முதலில் திட்டமிட்டபடிச் செய்து கொண்டுதான் செயல்புரிய ஆரம்பிக்க வேண்டும்.

மேலும், நடுவில் ஏற்படும் இடையூறுகள் பற்றியும் எண்ணிப் பார்த்துச் செயல் புரிய வேண்டும் இதையெல்லாம் எண்ணிப் பார்த்துச் செயல் புரிந்தால்தான் செய்யும் செயல் சிறப்புற்று விளங்கும். இவ்விதம் செய்யப்பட்ட பின்னர் செயல் முடிந்த பின்னர் ஏற்படும் பலன்கள் பற்றியும் எண்ணிப் பார்க்க வேண்டும். இது மிகவும் முக்கியமாகும்.

முடிவும் இடையூறும் முற்றியாங்கு எய்தும்
படுபயனும் பார்த்துச் செயல்   676

இவை மட்டுமன்றிச் செய்யும்படியான வினையையும், அதைச் செய்து முடிப்பவனையும், அந்தச் செயல் செய்யும் வழிமுறைகளையும் நன்றாக எண்ணிப் பார்க்க வேண்டும் என்பது முக்கியமாகும்.

ஒரு செயலை எவ்விதம் சிறப்புறச் செய்ய வேண்டும் என்பது பற்றி வள்ளுவப் பெருமான் கூறுகூதை எண்ணிப் பார்க்க வேண்டும்.

யானையைப் பிடிக்க வேண்டுமானால் பிடிக்கப்பட வேண்டிய யானையை ஒரு பள்ளத்தில் விழச் செய்து அதன் வலிமையைக் குறைத்து, அதன்பின்னர் பழக்கப்பட்ட யானையைக் கொண்டு அந்த யானையைப் பிடித்துக் கொள்வதுதான் நடைமுறைப் பழக்கமாகும். இதைப்போலத் தான் திட்டமிட்டுச் செயல் புரிய வேண்டும். அதாவது ஒரு செயலை வெற்றியுடன் முடிப்பதற்குள் இடையில் இன்னொரு செயலை நாம் செய்து அதன் பின்னரே வெற்றி பெற வேண்டும்.

எந்தச் செயலையும் சிறப்புறச் செய்ய வேண்டும்; இதற்கு சில யுக்திகளைக் கையாள வேண்டும். பகைவர்களாக இருப்பவர்களை மேலும் பகைவர்களாக வளர்க்க எண்ணி விடக்கூடாது. அவர்களைத் தம் பக்கம் கொண்டு வரவேண்டும். பகைமையை வளர்த்து அதன் மூலம் இடையூறுகளையும் வளர்த்துக் கொள்ள வேண்டாம். பகைவர்கள் சிறிதும் எதிர்பாராதவண்ணம் அவர்களுக்கு நன்மை செய்து அவர்களை நமக்கு இடையூறு செய்யாமல் பார்த்தக் கொள்ள வேண்டும். நமது செயல் வெற்றி பெறுவதற்கு இந்த ராஜ தந்திரத்தைக் கண்டிப்பாகக் கையாள வேண்டும்.

நட்டார்க்கு நல்ல செயலின் விரைந்ததே
ஒட்டாரை ஒட்டிக் கொளல்   679

எவ்விதமும் பகைவர்களைப் பின்னடையச் செய்ய வேண்டும். நண்பர்களுக்கு நன்மை செய்வதை விடவும்,

பகைவர்கள் எதிர்பார்க்காத வண்ணம் அவர்களுக்கு நன்மைகளைச் செய்து நம்மவர்களாக ஆக்கிக் கொள்ளுவது நல்ல அறிவுடைய செயலாகும்.

இவ்விதமெல்லாம் பல வழிகளில் முயன்று நாம் முடிக்க வேண்டிய செயல்களைச் சிறப்பான முறையில் செய்து முடிக்க வேண்டும்.

❄

21. பெரியாரைப் பிழையாமை

நம்மை விடவும் அனுபவத்திற் சிறந்த பெரியாரை எந்த நிலையிலும் பகைத்துக் கொள்ளக் கூடாது. இது பெரும் துன்பத்தையே தருவதாகும். இதை மனதிற் கொண்டு செயல் பட்டு வரவேண்டும்.

பெரியாரைப் பேணாது இருந்தால் பெரும் துன்பங்களே வந்து சேரும் என்பதைத் தெரிந்துகொள்ள வேண்டும்.

பெரியாரைப் பேணாது ஒழுகின் பெரியாரான்
பேரா இடும்பை தரும் 892

பெரியோரைப் பேணி வரவேண்டும். இவ்விதம் பேணாமல் அவர்கள் புறக்கணிக்கப்பட்டால் நாம்தான் பல வழிகளில் துன்பங்களை அடைவோம். அறிவால் மட்டுமன்றி அனுபவத்தாலும் சிறந்து விளங்கும் அவர்களுடைய ஆலோசனைகள் நமக்கு நாளும் இன்றியமையாததாகும். அவர்களைப் பேணி வருவதன் மூலம் அவர்களிடமிருந்து நல்ல அறிவுரைகளையும் ஆலோசனைகளையும் பெற்றுச் சிறப்படையலாம்.

யாருமே, தாம் கெட்டு அழிய வேண்டும் என்று விரும்பவே மாட்டார்கள். அனைவரும் நல்ல நிலையை அடைவதற்குப் பெரியோர்களின் அறிவுரைகளைக் கேட்டு அதன் வழி ஒழுக வேண்டும். அவர்களிடம் எதைப்பற்றியும் கேளாமல் இருந்தால் பெருந்துன்பங்கள்தான் விளையும்.

கெடல்வேண்டின் கேளாது செய்க அடல்வேண்டின்
ஆற்று பவர்கண் இழுக்கு   893

பெரியோர்கள் நம்மை வெறுக்கும்படி என்றுமே தீய வழியில் செல்லக்கூடாது. அவ்விதம் நடப்பது என்பது நமது அறியாமையினால் நாமே துன்பத்தை வரவழைத்துக் கொள்வதாகும்.

எந்தச் செயலையும் நல்ல அறிவுடைய பெரியோர் களிடம் கலந்து ஆலோசித்துச் செய்ய வேண்டும் என்பது முக்கியமாகும்.

நல்ல அனுபவம் உள்ள பெரியோர்களைப் போற்றிட வேண்டும்; அவர்களை மதித்து அவர்களின் அறிவுரைப்படி நடந்து வரவேண்டும். இதுதான் அறிவுடையோரின் செயலாகும். அவர்களைப் போற்றி வாழ்வதற்குப் பதிலாக, அவர்களை இகழ்ந்துரைத்து அவர்கள் மனம் வருந்தும் வண்ணம் செய்யக்கூடாது. இவ்விதம் செய்தால் இச்செயலானது நமக்கு நாமே துன்பத்தை உண்டுபண்ணிக் கொள்வதாகும்.

நெருப்பின் குணம் சுடுவதாகும். இந்த நெருப்பு சுட்டு விடுமானாலும் பொறுத்துக் கொள்ளலாம்; எப்படியோ பிழைத்தும் கொள்ளலாம். ஆனால், நம்முடைய அறியாமையினால் பெரியோர்களுக்குத் தீமை செய்தால் பிழைக்கவே முடியாது.

எரியால் சுடப்படினும் உய்வுண்டாம் உய்யார்
பெரியார்ப் பிழைத்தொழுகு வார்   896

நமது அறியாமையால் பெரியோர்க்குத் தீங்கு இழைத்தால் துன்பம்தான் - மீள முடியாத துன்பம்தான் நாம் அடைய வேண்டிய நிலைமை ஏற்படும். நெருப்பில் கை பட்டால் சுடத்தான் செய்யும். ஆனால், பெரியோர்க்கு நாம் துன்பம் செய்து அதனால் ஏற்படும் விளைவுகளை நம்மால்

நிச்சயமாகத் தாங்கவே முடியாது. நமக்குக் கிடைக்கும் இன்ப வாழ்க்கையினாலும் செல்வச் செருக்கினாலும் பெரியோர் களை மதிக்காமல் இகழ்ந்து வந்தால் பெருந்துன்பங்களையே அடைவார்கள்.

அறிவு நிறைந்த பெரியோர்களின் கோபத்திற்கு நாம் என்றுமே ஆளாகக் கூடாது. ஒருவேளை ஆட்பட நேர்ந்தால் நாம் பெற்ற இன்ப வாழ்வும் சிறந்த செல்வமும் நம்மை விட்டுக் கண்டிப்பாக விலகிச் சென்று விடும் என்பதில் ஐயமில்லை.

வகைமாண்ட வாழ்க்கையும் வான்பொருளும் எல்லாம்
தகைமாண்ட தக்கார் செறின் 897

மலையைப் போன்ற மாண்புகளையும், அத்தனை சிறப்புகளையும் கொண்டு திகழ்பவர்கள் பெரியோராவர். அவர்கள் மனம் வருந்தும் வண்ணம் ஒருவன் நடப்பானானால் என்னதான் சிறந்த செல்வம் பெற்றுச் சிறந்து விளங்கினாலும் அவர்கள் அழிந்து போவர் என்பது உறுதி. ஆகவே, பெரியோர்களின் மன வருத்தத்திற்கு நாம் எந்த நிலையிலும் ஆளாகக் கூடாது.

ஒருவன் எவ்வளவுதான் சிறப்புகளைப் பெற்றுத் திகழ்ந்தாலும் அவன் பெரியோர்கள் வருந்தும் வண்ணம் நடப்பானானால் பல துன்பங்களுக்கு ஆளாகிப் பின்னர் அழிந்து போவான்.

குன்றன்னார் குன்ற மதிப்பின் குடியொடு
நின்றன்னார் மாய்வர் நிலத்து 898

இவ்விதம் கூறிய வள்ளுவப் பெருமான், 'ஏந்திய கொள்கையார்' என்று பெரியோர்களைக் குறிப்பிட்டு இவர்கள் சீற்றமடையும் வண்ணம் நடந்து வந்தால் பெருஞ்சிறப்புடைய மன்னன்கூடத் தன் அரசாட்சியோடு அழிவது என்பது உறுதி என்று கூறுகிறார்.

ஆக, பெரியோர்கள் மனதை எந்த நிலையிலும் வருத்தமடையச் செய்யக்கூடாது. அவர்களின் கோபத்திற்கு எக்காரணம் கொண்டும் ஆட்படக் கூடாது. அறியாமையால் செய்யும் முரண்பட்ட செயல்கள் பெரியோர்களைப் பெருஞ் சீற்றத்துக்கு உள்ளாக்கும்.

ஏந்திய கொள்கையார் சீறின் இடைமுறிந்து
வேந்தனும் வேந்து கெடும்   899

ஏந்திய கொள்கையார் என்றால் மிகவும் மேம்பட்ட குறிக்கோளையுடைய பெரியோர்கள் என்று கொள்ளலாம். இவர்கள் சீற்றம் அடையும்வண்ணம் சாதாரணமானவர்களான நாம் என்றுமே நடந்து கொள்ளக்கூடாது. நடந்தால் அழிவது உறுதி.

எனவே, இதையெல்லாம் எண்ணிப் பார்த்து பெரியோர்களிடம் மிகவும் நல்ல முறையில் நடந்து கொள்ள வேண்டும். அவர்கள் மனம் வருந்தும் வண்ணம் நடக்கக் கூடாது என்பது முக்கியமாகும்.

❈

22. கள்ளுண்ணாமை

இப்போது போதை தரும் பலவிதமான மது வகைகள் வந்துள்ளன. வள்ளுவப் பெருமான் வாழ்ந்த காலத்தில் கள்ளைத் தவிர வேறு போதை தரும் பானம் எதுவும் இருந்திருக்காது; எனவே தீமை தரும் கள்ளை உண்ணற்க என்று அறிவுறுத்தினார்.

இவ்விதம் கள்ளைப் பருகுபவர்கள் தங்கள் பொருளைக் கெடுப்பதுடன் உடல்நலத்தையும் கெடுத்துக் கொள்வர்.

உட்கப் படாஅர் ஒளியிழப்பர் எஞ்ஞான்றும்
கட்காதல் கொண்டொழுகு வார்   921

கள்ளுண்டு அலைபவர்கள் பகைவர்களால் மட்டுமன்றிப் பெரியோர்களாலும் மதிக்கப்பட மாட்டார்கள். அவர்கள் பெற்றிருந்த மதிப்பையும், புகழையும் கூட இழப்பார்கள்.

மது உண்பதால் பலவகைத் துன்பங்கள் ஏற்படுகின்றன. ஒழுக்கம் தவறுவதால் சான்றோரது மதிப்பையும் அவன் இழக்கிறான். அதுவரை அவன் கட்டிக் காத்து வந்த செல்வாக் கையும் அவன் இழந்து போகிறான்.

அறிவையும் ஒழுக்கத்தையும் மதித்துப் போற்றும் சான்றோர் கள்ளுண்பவர்களை நிச்சயமாக வெறுக்கவே செய்வார்கள். சான்றோரால் மதிக்கப்படுபவர்களே சமூகத்தில் உயர்ந்து நிற்பவர்களாவர். கள்ளுண்டு அதன் காரணத்தால் மிகவும் இகழ்ச்சியாகக் கருதப்படுபவர்கள் நிச்சயமாகச் சான்றோர்களால் மதிக்கப்படவே மாட்டார்கள்.

உண்ணற்க கள்ளை உணில்உண்க சான்றோரால்
எண்ணப் படவேண்டா தார் 922

இவ்விதம் கூறிவந்த வள்ளுவர் பெருமான், அடுத்த குறட்பாவில் பெற்ற தாயாலும்கூடக் கள்ளுண்பவன் வெறுக்கப்படுகிறான் என்று கூறுகிறார்.

எந்தக் குற்றத்தையும் பொறுத்துக் கொள்ளும் தாயாலும் கூடக் கள்ளுண்பவன் வெறுக்கப்படுகிறான் என்பது உண்மையில் மிகவும் வேதனைக்குரிய ஒன்றாகும்.

அன்பு செலுத்தும் தாயாரும் அருள்கூறும் பெரியோர் களும்கூடக் கள்ளுண்பானை வெறுக்கிறார்கள் என்றால் வேறு யார் அவனை வெறுக்க மாட்டார்கள்?

ஈன்றாள் முகத்தேயும் இன்னாதால் என்மற்றுச்
சான்றோர் முகத்துக் களி 923

குற்றம் செய்வதற்கு மனமானது கூசத்தான் செய்யும். கள்ளுண்பவன் சும்மா இருக்க மாட்டான். எந்தத் தீய குற்றத்யையும் அவன் கூசாது செய்து விடுவான். இவ்விதம் செய்துவிட்டு, மயக்கம் தெளிந்த பின்னர், தாம் செய்த குற்றத்தை எண்ணிப் பெரிதும் வருந்தவும் செய்வான்.

கள்ளை விலை கொடுத்து வாங்கிப் பருகியவுடனேயே அவன் மயக்க நிலையை அடைந்து விடுகிறான். இதனை இறத்தல் நிலை என்று வள்ளுவர் பெருமான் கூறுகிறார். இவ்விதம் ஒரு நிலையை அடைவது என்பது அவன், தான் வாழ வேண்டிய நெறியினை அறியாத் தன்மையிலாகும்.

கையறி யாமை உடைத்தே பொருள்கொடுத்த
மெய்அறி யாமை கொளல் 925

கள்ளைக் குடிப்பதன் மூலம் சாதலை விலை கொடுத்து வாங்குகிறான் என்பதும், அதனால் இவன் அறிவற்றவனாவான் என்பதும் தெளிவு.

வாழ்வு என்பது இன்பத்தை அடையத்தானே தவிர துன்பத்தில் சிக்கி நிலைகுலைய அல்ல. கள்ளைப் பருகுவதன் மூலம் அவன் மேன்மேலும் துன்பங்களையே குறைவின்றி அடைகிறான்.

உறங்கினவர் செத்தவரைப் போன்றவதேயாவர். இதைப் போன்று கள்ளுண்பவர்களும் நஞ்சுண்டவரைப் போன்றோரேயாவர் என்று பொருள்கொள்ளலாம்.

நஞ்சு உண்பவன் விரைவில் இறக்கிறான்; ஆனால் கள்ளுண்பவன் சிறுகச் சிறுக இறக்கிறான். கள்ளுண்பவனையும் நஞ்சு உண்பவனையும் ஒரு நிலையில்தான் வள்ளுவர் பெருமான் வைக்கிறார்.

கள்ளுண்பவனும் மயக்க நிலையடைகிறான். நஞ்சு உண்பவனும் முதலில் மயக்க நிலையையே அடைகிறான். இதை வள்ளுவர் பெருமான் இவ்வாறு உணர்த்துகிறார்.

துஞ்சினார் செத்தாரின் வேறல்லர் எஞ்ஞான்றும்
நஞ்சுண்பார் கள்ளுண் பவர் 926

கள்ளைப் பருக ஆரம்பித்தவுடனேயே மயக்க நிலையடைந்து கண் செருகித் துன்பமடைவர். இவ்விதம் அவன் நிலைகுலைந்து போனதும் அவனைக் காண்போர் இகழ்ந்து பேசுவாக்ள்.

கள் குடிப்பவனைக் கண்டு அனைவரும் இகழத்தான் செய்வார்கள். அவன் குடித்திருக்கிறான் என்பதைச் சொல்லாமலேயே அவனுடைய மயங்கும் கண்களிலிருந்தே தெரிந்து கொள்ளலாம்.

கள் குடித்திருப்பவனைப் பார்த்தால் அனைவரும் இகழத்தான் செய்வார்கள்; நகையாடவும் செய்வார்கள்.

உள்ளொற்றி உள்ளூர் நகப்படுவர் எஞ்ஞான்றும்
கள்ளொற்றிக் கண்சாய் பவர் 927

கள் குடித்து மயங்கிய நிலையில் கண் செருகிய நிலை கண்டு உள்ளூர்வாசிகளும் அவனை எக்காலத்திலும் இகழ்ந்து பேசவே செய்வார்கள்.

என்னதான் கள் குடித்தவன் தன் செயலை மறைக்க முயன்றாலும் அவன் தோற்றமானது அவனைக் காட்டிக் கொடுத்து விடும்.

அவனுடைய முகத்தோற்றமும் நடையும், பேச்சும் அவன் கள் குடித்ததை அனைவருக்கும் காட்டி விடும். எனவே, அவன் தான் குடிக்கவில்லை என்பதைக் கூறாதிருப்பானாக என்று கூறுகிறார்.

களித்தறியேன் என்பது கைவிடுக நெஞ்சத்து
ஒளித்தலூஉம் ஆங்கே மிகும் 928

கள்ளைப் பருகியவனுக்கு உண்மையைக் கூறுவதற்கு விருப்பமில்லை; இருந்தாலும் அவன் நிலைமையே அவனைக் காட்டிக் கொடுத்து விடும்.

கள் குடிப்பவனிடம் கள்ளின் தீமையைப் பற்றி எடுத்துக்கூறி அவனைத் திருத்த முயலுவது என்பது முடியாத காரியமாகும். தண்ணீரில் மூழ்கிய ஒருவனை நெருப்புப் பந்தம் கொண்டு தேடுவது போன்ற செயல்தான் அவனைத் திருத்த முயலுவதாகும்.

களித்தானைக் காரணம் காட்டுதல் கீழ்நீர்க்
குளித்தானைத் தீத்துரீஇ யற்று 929

நெருப்புப் பந்தமானது தண்ணீர் பட்டதுமே அணைந்து போகும். எனவே, அந்தப் பந்தம் கொண்டு தேட முடியாது என்பது தெளிவாகும். இதைப்போல, என்னதான் அறிவுரை கூறினாலும் குடிகாரனுக்கு ஏறவே ஏறாது; அதாவது அவனைத் திருத்தவே முடியாது.

கள்ளுண்ணும் பழக்கமுள்ள ஒருவன், தான் குடிக்காத நிலையில் கள்ளைக் குடித்துப் பிதற்றிடும் நிலையிலுள்ள

ஒருவனை அவன் காண்பானாகில், தான் உண்டாலும் இதுபோன்ற ஒரு நிலையைத்தானே அடைய வேண்டியது வரும் என்பதை அவன் நினைத்துப் பார்க்க மாட்டானோ என்று கூறுகிறார்.

இவ்விதமாக நினைத்துப் பார்த்து அவன் திருந்திட வேண்டும் என்பதுதான் எண்ணமாகும்.

கள்ளுண்ணாப் போழ்தில் களித்தானைக் காணுங்கால்
உள்ளான்கொல் உண்டதன் சோர்வு 930

தன்னுடைய இழிவான செயல் பற்றி அவனிடம் பிறர் கூறும் போது அவனுக்குத் தெரியாது; அவனால் உணர்ந்து கொள்ள முடிவதில்லை.

அவனைப் போலக் குடிப்பவன் ஒரவனின் நிலை கண்டாலாவது அவன் திருந்த மாட்டானா, தன்னையும் இதுபோன்றுதானே மக்கள் வேடிக்கை பார்ப்பார்கள் என்ற எண்ணம் அவனுக்கு ஏற்படும் என்பதைத் தெளிவுபடுத்தவே இவ்விதம் கூறுகிறார் என்று கொள்ள வேண்டும்.

எப்படியும் அவன் திருந்த வேண்டும், அதாவது குடியை மறக்க வேண்டும் என்பது வள்ளுவர் பெருமானின் எண்ணமாகும். குடியை மறந்து வாழ்ந்தால் நீண்ட நாள் வாழலாம்; நலமுடன் வாழலாம்.

✻

23. மருந்து

நோய் வராமல் தடுக்கவும், வந்த நோயைக் குணப்படுத்தவும் மருந்து பெரிதும் உதவுகிறது.

இந்த அதிகாரத்தில் மருந்து பற்றி விளக்கமாகக் கூறுகிறார்.

நோயின்றி வாழ்வதற்கும் நோய் போக்கவும் உணவே உறுதுணையாக உள்ளது என்பதை இந்த அதிகாரத்தில் காணலாம்.

வாதம், பித்தம், சிலேத்துமம் ஆகிய மூன்றும் ஒவ்வொரு வருடைய உடலில் இருக்க வேண்டிய அளவுக்கு மிகுந்தாலும் குறைந்தாலும் நோயை உண்டாக்கும்.

மிகினும் குறையினும் நோய் செய்யும் நூலோர்
வளிமுலா எண்ணிய மூன்று   941

நம்முடலில் வாதம், பித்தம், சிலேத்துமம் ஆகியவை முறையாக வேலை செய்கின்றன என்பதை நாம் அறிவோம். இவைகளில் ஒவ்வொன்றும் இருக்க வேண்டிய அளவுக்குக் கூடுதலானாலும், குறைந்தாலும் நோய் உண்டாகும்.

அதிகமாவதற்கும், குறைவு ஏற்படவும் நாம் உண்ணும் உணவும் நமது செயல்பாடுகளும் காரணமாகும். இதைத் தெரிந்து மிதமான முறையில் உணவுண்டு வரவேண்டும். இதைப்போல நமது செயல்பாடுகளும் இருக்க வேண்டும் என்பது முக்கியமாகும்.

வாதம், பித்தம், சிலேத்துமம் பற்றிக் கூறி, இவைகளில் கூடுதல் குறைவே நோய்க்குக் காரணம் என்று கூறிவந்த வள்ளுவர் பெருமான், அடுத்த குறட்பாவில், நாம் உண்ணும் உணவு முற்றும் ஜீரணமாகி விட்டது என்பதை அறிந்து அடுத்த வேளை உணவை உட்கொண்டால் மருந்தென்ற ஒன்றே வேண்டாம் என்று கூறுகிறார்.

மருந்தென வேண்டாவாம் யாக்கைக்கு அருந்தியது
அற்றது போற்றி உணின் 942

முன் உண்ட உணவு நன்றாக ஜீரணித்து விட்டால் பசியெடுக்கும். இவ்விதமாக நன்கு பசியெடுத்த பின்னர் அடுத்த வேளை உணவை உட்கொண்டால் மருந்தே வேண்டாம் என்று கூறுவது எவ்வளவு உண்மை என்பதை நாம் சிந்தித்துப் பார்க்க வேண்டும்.

எந்த மருந்தும் நமக்குத் தேவையில்லை என்று கூறும்போது எவ்வளவு மகிழ்ச்சியாக இருக்கறிது. வள்ளுவர் பெருமான் கூறிடும் வழிமுறையும் கடினாமனது என்று சொல்ல முடியாது.

நன்கு பசித்துச் சாப்பிட வேண்டும், மணி பார்த்துச் சாப்பிடக் கூடாது என்பதை வேறு முறையில் கூறுகிறார்; அவ்வளவுதான் வித்தியாசம்.

இந்த உடம்பைப் பெற்றவன் நீண்ட நாள் (நோய் நொடியின்றி) வாழும் வழிமுறைகளைக் கூறுகிறார்.

'அற்றால அளவறிந்து உண்க' என்று கூறுகிறார். முன் உண்ட உணவு நன்றாகச் சீரணித்து விட்டால், அதாவது முறையான பசி ஏற்பட்டால் அடுத்த வேளை உணவைச் சாப்பிடக் கூறுகிறார். அந்த உணவையும் நிறைய சாப்பிடக் கூறவில்லை. 'அளவு அறிது உண்க' என்று அறிவுரை கூறுகிறார்.

இவ்விதமாக நல்ல அறிவுரையைக் கூறி அவைகளைப் பின்பற்றக் கூறுகிறார். இவ்விதம் பின்பற்றுவதுதான் நீண்ட

நாள் வாழும் வழி என்றும் உணர்த்துகிறார். 'நெடிது உய்க்கும் ஆறு' என்று மிக அழகாகக் கூறுகிறார். வேறு எந்த வழியையும் தேடியலைய வேண்டாம். இந்த வழியே சிறந்த வழி என்று கூறுகிறார்.

அடுத்த குறட்பாவில் இன்னும் ஒரு படி மேலே செல்கிறார். உண்ட உணவானது நன்கு ஜீரணித்து விட்டது என்பதையறிந்து, அடுத்த வேளை உணவைப் பற்றி எண்ணி, என்ன உண்ணலாம் என்பதை நன்றாக ஆலோசித்து முடிவு பண்ணி நன்றாகப் பசியெடுத்த பின்னர் உண்ண வேண்டும் என்று கூறுகிறார்.

அற்றால் அளவுஅறிந்து உண்க அஃதுஉடம்பு
பெற்றான் நெடிதுஉய்க்கும் ஆறு 944

வள்ளுவர் பெருமான் திரும்பவும் இதைப்பற்றி தான் கூறி நமக்கு உணர்த்துகிறார்.

அற்றதை அறிந்து கடைப்பிடிக்க வேண்டும் என்றும், அதன்பின்னர் உடலுக்கு நோய் எதையும் உண்டாக்காத உணவை நன்றாகப் பசி எடுத்த பின்னர்தான் உண்ண வேண்டும் என்பதை மீண்டும் உணர்த்துகிறார்.

நன்றாக ஜீரணம் ஆனபின்னர்தான் உண்ண வேண்டும் என்பதை உணர்த்திடவே, 'துய்க்க துவரப் பசித்து' என்று கூறுகிறார்.

எதையாவது உணவு என்று உண்டு விடக்கூடாது என்றும், அதையும் அளவோடுதான் உண்ண வேண்டும் என்றும் கூறுகிறார்.

'மாறுபாடு இல்லாத உண்டி மறுத்து உண்ணின்' என்பது மூலம் தன் கருத்தை வலியுறுத்துகிறார்.

இவ்விதம் உண்டால் 'ஊறுபாடு இல்லை உயிர்க்கு' என்று திட்டவட்டமாகக் கூறுகிறார்.

குறிப்பிட்ட அளவுக்கும் குறைவாகத்தான் உண்ண வேண்டும்; இவ்விதம் உண்டால் இன்பம் நிலைத்திருக்கும். அதாவது நோய் நொடியின்றி வாழலாம் என்று கூறிய வள்ளுவர் பெருமான், அதிக அளவு உணவு உண்பவனிடத்தில் நோய்கள்தான் நிறைந்திருக்கும் என்றும் எச்சரிக்கிறார்.

எனவே, என்னதான் பசியாக இருந்தாலும் ஒரு வரையறையுடன்தான் உணவு உண்ண வேண்டும்.

பசித்தீயின் அளவை அறியாமலும், அதற்கு ஏற்ற உணவையும் காலத்தையும் கருத்தில் கொள்ளாமலும் அதிக அளவு உணவை உட்கொண்டால் அவனிடம் எல்லா நோய்களும் வந்து சேரும்.

தீயள வன்றித் தெரியான் பெரிதுண்ணின்
நோயள வின்றிப் படும்   947

என்று கூறி நோய் வரும் காரணத்தை மீண்டும் உணர்த்துகிறார்.

இனி, அடுத்த குறட்பாவில்,

நோய்நாடி நோய்முதல் நாடி அதுதணிக்கும்
வாய்நாடி வாய்ப்பச் செயல்   948

என்று கூறி, நோய் இன்னதென்று அறிகுறிகளால் நன்கு அறிந்து கொண்டு, அதை விடவும் முக்கியமாக நோயின் காரணத்தையும் ஆராய்ந்து, நோய் தீர்க்கும் உரிய வழிகளையும் அறிந்து செயல்பட வேண்டும் என்று மருத்துவருக்கும் உணர்த்துகிறார்.

'மருந்து' என்ற இந்த அதிகாரத்தில் கூறி வந்தவைகளை உரிய முறையில் பின்பற்றி வந்தால் நிச்சயமாக நோய் நொடியின்றி நீண்ட நாள் வாழலாம்.

❈

24. குடிமை

நல்ல உயர்குடிப் பிறந்தாரின் உயர் தன்மைகளை இந்த அதிகாரத்தில் விளக்கியுரைக்கிறார். என்னதான் ஒருவருக்குச் செல்வத்தாலும், ஏனைய பெருஞ்சிறப்புகளாலும் உயர்வு வந்த காலத்திலும் நிலையில் திரியாது வாழ்வதுதான் உயர்குடிப் பிறந்தாரின் இயல்பாகும்.

உயர்குடிப் பிறந்தவர்கள் மனதில் எழும் நல்ல கருத்துகளையே கூறுவார்கள்; கூறியவண்ணம் செயல்படவும் செய்வார்கள். இவ்விதம் செயல்படுவது உயர்குடிப் பிறந்தவர்களின் சிறந்த பண்பாகும்.

வழிவழியாக நல்ல அற வழிகளில் வாழ்ந்துவரும் சிறந்த பண்பாளர்களின் வழிவந்தோர் இவ்விதம் உயர்ந்த நெறி முறைகளிலேயே நிற்பார்கள்.

குடிமை என்பது நல்ல உயர்குணம் பெற்ற தாய் தந்தையர்க்குப் பிள்ளைகளாகப் பிறந்து தாம் பிறந்த குடியின் பெருமையைக் காப்பதாகும்.

**இற்பிறந்தார் கண்அல்லது இல்லை இயல்பாகச்
செப்பமும் நாணும் ஒருங்கு**   951

நல்ல குடியில் பிறந்தவர்கள் நிச்சயமாக நல்ல ஒழுக்கமுடன்தான் சிறப்புற வாழ்வார்கள். இத்தகையோர் குற்றங்களைக் காணவும் கூசுவர்; எனவே, சிறிய குற்றத்தைக் கூடச் செய்வதற்குப் பெரிதும் கூசத்தான் செய்வார்கள்.

இவ்விதம் இவர்கள் நடப்பது என்பது இவர்களின் உயர்ந்த பண்பாட்டையே காட்டுவதாகும்.

இந்த உயர்குடிப் பிறந்தோர், என்னதான் வாழ்வில் உயர்வு வந்த இடத்தும், தாழ்வு வந்தபோதும் தம் நிலையிலிருந்து பிறழ மாட்டார்கள்.

சாதாரணமாக ஒருவனுக்குச் செல்வம் வந்து விட்டால் ஆடாத ஆட்டங்களையெல்லாம் ஆடிக் களிப்பான். துன்பம் வந்தபோது பெரிதும் துவண்டு போவான். ஆனால், நற்குடிப் பிறந்தோர் எந்த நிலை வந்துற்றாலும் ஒரே சீராகவே இருப்பார்கள். வறுமை ஒருகால் வந்தாலும் தம் நிலையிலிருந்தும் கீழிறங்கிச் செல்ல மாட்டார்கள்.

ஒழுக்கமும் வாய்மையும் நாணும்இம் மூன்றும்
இழுக்கார் குடிப்பிறந் தார் 952

உயர்குடிப் பிறந்தோர் நல்ல ஒழுக்க நெறியிலிருந்து பிறழ மாட்டாதோர் போன்று எந்த நிலையிலும் வாய்மையிலிருந்தும் தவற மாட்டார்கள். அதாவது, எந்தக் காரணம் கொண்டும் பொய்யுரைக்க மாட்டார்கள். இதைப்போன்று எவ்வளவுதான் துன்ப நிலைமையிலும் தீய செயல்களைச் செய்ய நாணவே செய்வார்கள்.

ஒழுக்கமும் வாய்மையும் நாணும்இம் மூன்றும்
இழுக்கார் குடிப்பிறந் தார் 952

நற்குடிப் பிறந்தவர்கள் மிகச் சிறந்த பண்புகளுடன் விளங்குவார்கள் என்பதில் சந்தேகமேயில்லை. அனைவரிடமும் இனிய முறையில் பேசியும், பிறருக்கு உதவிடும் சிறந்த பண்பைக் கொண்டும், பிறர் செய்த குற்றங்களைப் பெரிது படுத்தாமல் அறிவுரை கூறியும், பிறருக்கு நன்மை செய்வதில் ஆர்வம் கொண்டவராகவும் விளங்குவார்கள்.

நகைஈகை இன்சொல், இகழாமை நான்கும்
வகைஎன்ப வாய்மைக் குடிக்கு 953

நற்குடியில் பிறந்த இவர்கள் எல்லாவிதப் பண்பாடு களிலும் உயர்ந்தும் சிறந்தும் விளங்குவார்கள்.

பிறருக்கு இயன்ற அளவு உதவி செய்வதில் எப்போதுமே முன் நிற்பார்கள். பிறரின் பழி கூறியும் திரிய மாட்டார்கள். இவ்விதமெல்லாம், மிகச்சிறந்த குணநலன்கள் அனைத்தையும் கொண்டு உயர் குடிப்பிறந்தோர் என்றும் சிறந்தே விளங்கு வார்கள்.

இந்த உயர்குடிப் பிறந்தோரின் இன்னொரு பெருஞ் சிறப்பு என்னவென்றால் பணத்திற்காக எந்தவிதத் தீய வழிகளிலும் செல்லவே மாட்டார்கள். கோடி கோடியாகக் கொட்டிக் கொடுத்தாலும் இவர்கள் தங்கள் குலப் பெருமை சிதைவுறும் செயல்களில் ஈடுபடவே மாட்டார்கள்.

அடுக்கிய கோடி பெறினும் குடிப்பிறந்தார் குன்றுவ செய்தல் இலர் 954

இவ்விதமெல்லாம் சிறந்து விளங்கும் பண்பாளர்கள் தம்மையறியாமல் குற்றங்கள் ஏதேனும் செய்து விட்டால், அந்தக் குற்றமானது சந்திரனிடம் காணப்படும் சிறிய களங்கம் போல அனைவருக்கும் தெரிந்து விடுவதாகும். எனவே இவர்கள் குற்றங்களைப் புரியவே மாட்டார்கள்.

பொதுவாக நன்மையடைய விரும்புபவர்கள், என்றுமே பழியைக் கண்டு நாணத்தான் செய்வார்கள். இவ்விதம் பழி கண்டு அஞ்சும் தன்மை நல்ல பண்பாடுள்ளவர்களிடம் காணப்படுவதாகும். குறிப்பாக உயர்குடிப் பிறந்தோரிடம் நிச்சயமாக இத்தகைய பண்பாடுகளைக் காணலாம்.

நலம்வேண்டின் நாணுடைமை வேண்டும் குலம்வேண்டின் வேண்டும் யார்க்கும் பணிவு 960

நல்ல பணிவுடைய ஒருவனின் செயல்களிலிருந்து அவன் உயர்குடியில் பிறந்தவன் என்பதை அறிந்து கொள்ளலாம்.

அவனிடம், அகம்பாவம், ஆணவம் போன்ற விரும்பத்தகாத செயல்கள் நிச்சயமாக இருக்க மாட்டா.

'குலத்தாலே ஆகும் குணம்' என்பதற்கு இணங்க நற்குடிப் பிறந்தோர் நிச்சயமாகச் சிறந்தே விளங்குவார்கள் என்பதில் ஐயமில்லை.

அனைவரும் நல்ல பண்பாளர்களாக விளங்க வேண்டும்; குறிப்பாக நல்ல ஒழுக்கமிக்கவர்களாகவும் திகழ வேண்டும். இவ்வாறு சிறந்து விளங்கினால் என்றும் புகழ் பெற்று விளங்கலாம்; குறிப்பாக நல்ல மக்களாக வாழலாம்.

பணிவுடைமையும் ஒழுக்கமும் மிகச்சிறந்த முறையில் போற்றப்பட்ட வேண்டும். வாழ்க்கை நெறிமுறைகளைச் சீர்படுத்த இந்த இரண்டு பண்புகளும் இன்றியமையாதவை.

எனவே, இவை போன்ற நல்ல நெறிமுறைகளைப் போற்றுவோம்; எல்லா நலன்களையும் பெற்றுச் சிறப்போம்.

❈ ❈ ❈